புத்தரின் 'பேராசைப் பல'

புத்தரின் 'பேராசைப் பல்'

நெய்வேலி பாரதிக்குமார்

எழுத்து பிரசுரம்

Title: Buddharin Peraasai Pal
Author's Name: Neyveli Bharathikumar

Published by Ezutthu Prachuram

Ezutthu Prachuram
(An imprint of Zero Degree Publishing)
No. 55(7), R Block, 6th Avenue,
Anna Nagar,
Chennai - 600 040

Website: www.zerodegreepublishing.com
E Mail id: zerodegreepublishing@gmail.com
Phone : 89250 61999

Ezutthu Prachuram First Edition: January 2023
ISBN: 978-93-95511-17-9
TITLE NO EP: 412

Cover Design & Layout: Vijayan, Creative Studio

சமர்ப்பணம்

இந்த நூல்....
அலைவுறும் வாழ்விலும்
புன்னகை கமழும் சொல்லெடுத்து
இலக்கிய வனமெங்கும் மணமாக்கும்
பேராசான் எழுத்தாளர் அ. முத்துலிங்கம் அவர்களுக்கு...

ஒளியின் வழியில் நிலைபெறும் தடங்கள்

—நெய்வேலி பாரதிக்குமார்

இருளடர்ந்த இரவுப் பணிச் சூழலில் சுரங்கத்தில் பெரும்பாலும் குறைந்த அளவு பணியாளர்களும், பொறியாளர்களுமே இருப்போம். ஒரு பணியிடத்துக்கும் இன்னொரு பணியிடத்துக்கும் ஒரு கிமீ தூரம் கூட இடைவெளி இருக்கும். தொப்பி விளக்கோ. கைவிளக்கோ வைத்துக்கொண்டு நடந்து செல்வோம்.

தெளிவற்ற பாதையில் ஒருவரின் ஒளியைக் கண் பற்றிக்கொண்டு இன்னொருவர் பின்தொடர்வோம்.

திடீரென ஒளி கீழே விழுந்தால் ஆள் விழுந்துவிட்டார் என்று பொருள். மழைக்காலம் என்றால் இன்னும் மோசம் விழுந்தவர் முழங்கால் அளவு சேற்றில் மாட்டியிருக்கவும் வாய்ப்பு உண்டு. ஆளை வெளியே இழுக்கும்போது காலில் அணிந்திருந்த மூடுகாலணி சேற்றுக்குள் மாட்டியிருக்க கால்களை மட்டும் வெளியே இழுப்போம். அடுத்த நாள் அந்தக் காலடித்தடங்கள் எதுவுமே இருக்காது. மழை வந்து அழித்துவிட்டுப் போயிருக்கும். இவை எல்லாம் நினைவில் மட்டுமே அசைபோடும் நிகழ்வாக மறைந்துபோய்விடும்.

இன்றைய இலக்கியச் சூழலில் பல படைப்பாளிகளின் நிலை அப்படியாகத்தான் இருக்கிறது. ஒரு படைப்பாளி தன்னை தான் மட்டுமே மென்று சவைத்துக்கொண்டிருக்கும் அவலச் சூழலில் உழல வேண்டியிருக்கிறது. சக படைப்பாளிகளே வாசிப்பார்களா என்னும் உறுதியற்ற நிலையில்தான் தொடர்ந்து நூல்கள் வெளியாகிக்கொண்டிருக்கின்றன. படைப்பாளியின் மீது புதிய வெளிச்சம் பாய்ச்சப்படாத வரை அவனது படைப்புகள் வாசிக்கப்படுவதில்லை.

இப்படியான இருள்வெளியில் ஸீரோ டிகிரி பதிப்பகம் நாவல் மற்றும் குறுநாவல் போட்டிகளை நடத்திய பிறகு வெவ்வேறு ஆளுமைத் திறனுடன் எழுத்தாளர்கள் வெளிப்பட்டார்கள். எனக்கிருக்கும் பணிச்சூழலில் நாவல் என்பதெல்லாம் கனவாகவே இருந்தது. மேலும் போட்டிகள் என்றால் முடிவுகள் அறிவிக்கப்படும் போது சிறு சலனத்தை உருவாக்கிவிட்டு பின் அடங்கிவிடும் என்கிற எண்ணமும் இருந்தது.

ஆனால் ஸீரோ டிகிரி போட்டிகள் உருவாக்கிய கவனம் எழுத்தாளர்களுக்கு புதிய உத்வேகத்தை அளிக்கிறது என்றுதான் சொல்லவேண்டும். ஆகவே அவர்களின் அடுத்த அறிவிப்பான சிறுகதைப் போட்டியில் ஆர்வமுடன் கலந்துகொண்டு அதில் என்னுடைய 'உயிரின் வலி' சிறந்த சிறுகதைகளில் ஒன்றாகத் தேர்வானபோது புதிய நம்பிக்கை துளிர்த்தது.

கடந்த இரண்டு ஆண்டுகளில் வெவ்வேறு போட்டிகளில் கலந்து கொண்டு பல பரிசுகள் பெற்ற சிறுகதைகளைத் தொகுப்பாக கொண்டுவர ஸீரோ டிகிரி நிறுவனர் திருமதி காயத்ரி ராம் அவர்களைக் கேட்டுக்கொண்ட பொழுது அவர் தேர்வுக் குழு முடிவு செய்யும் அனுப்பி வையுங்கள் என்று மென்மையாகச் சொன்னார். அவ்வாறு தேர்வான இத்தொகுப்பு உங்கள் கைகளில் தவழ்கிறது. ஒரு முறை கூட நேரில் சந்திக்காமல் எவ்வித நிபந்தனைகளையும் முன்வைக்காமல் என்னுடைய படைப்பின் மீதான நம்பிக்கையோடு வெளியிட முன்வந்திருக்கும் திருமதி காயத்ரி ராம், திரு ராம்ஜீ அவர்கள் மற்றும் இந்த நூலை வடிவமைத்த, அச்சிட்ட அனைத்து நல்ல உள்ளங்களுக்கும் என் மனமார்ந்த நன்றிகள்.

நூலில் வெவ்வேறு போட்டிகளில் முதல், இரண்டாம், மூன்றாம் பரிசு பெற்ற சிறந்த கதைகள் இருக்கின்றன. இன்னும் சொல்வதாயின் எல்லா கதைகளுமே ஏதோ ஒரு போட்டியில் ஏதோ ஒரு பரிசினைப் பெற்ற கதைகள்தான் எனினும் இந்த நூலுக்கான தலைப்புக் கதையாக 'புத்தரின் பேராசைப் பல்' சிறுகதையைத் தேர்வு செய்ய மிக முக்கியமான காரணம், என் மனம் கவர்ந்த எழுத்தாளர் திரு அ.முத்துலிங்கம் அவர்கள் இந்தக் கதையை வாசித்துவிட்டு அலைபேசியில் பேசும்போது, "நீங்கள் இலங்கையைச் சேர்ந்தவரா" என்று கேட்டதோடு, கதையை வெகுவாகப் பாராட்டி வாழ்த்தியது மிகப்பெரிய விருது கிடைத்ததற்கு இணையானது என்று எண்ணி மகிழ்கிறேன். அவருக்கு என் நெகிழ்வான நன்றிகள்.

எப்பொழுதும் என் எழுத்துப் பணிகளுக்குத் துணையாக இருக்கும் என் துணைவியார் அன்பிற்கினிய இரா. ஆதிலட்சுமி என்கிற நிலாமகள், என் மகள் பிருத்வி மதுமிதா, மகன் சிபிக்குமார் மருமகன் அஸ்வின் பிரகாஷ், உறவாகவும் நட்பாகவும் திகழும் திரு சிவசங்கர், பிருத்விராஜ், பூவனூர் குமார், நினைவில் வாழும் சுரேஷ், நான் பணியாற்றும் என்.எல்.சி நிறுவனம், எனக்கு தமிழூட்டிய தமிழாசிரியர்கள் ஆகியோருக்கும் வாசிக்கும் உங்களுக்கும் என் அன்பு கலந்த நன்றிகள்

மிக்க அன்புடன்
நெய்வேலி பாரதிக்குமார்
9442470573, 8825753498

sbharathikumar@gmail.com
writerbharathikumar@gmail.com
www.bharathikumar.blogspots.com

பொருளடக்கம்

ஒளியின் வழியில் நிலைபெறும் தடங்கள்
-நெய்வேலி பாரதிக்குமார் 7

1. உயிரின் ஒலி 13
2. பேரமைதியின் ஓசை 33
3. புத்தரின் 'பேராசைப் பல்' 45
4. திண்ணை 61
5. கடவுளின் விரல் 72
6. குருத்து அகம் விரித்து 83
7. செங்காந்தள் 95
8. சலஞ்சலம் 104
9. பாரதூரம் 120
10. சொல்லால் வரைந்த வாள் 136
11. மழைத்தூறல் போல் கோடிட்ட சந்தனச் சட்டை 148
12. வெறியாட்டு 161
13. கெலிங் 175

1. உயிரின் ஒலி

'பூம்... பூம்' என்று ஒரு நீண்ட ஒலியும் கூடவே 'பூம்' என்ற சிற்றொலியும் காதருகே வந்து கொடூரமாக ஒலித்தது போல இருந்ததில் திடுக்கிட்டு விழித்தார் பெருவளத்தான். புகைவண்டியின் அந்த ஒலி அவரது நரம்பு முழுதும் ஊடுருவி ஒரு கணம் சில்லிட வைத்தது. படுத்திருந்த பாயைச் சற்று நேரம் தடவிப் பார்த்தார். வீடுதான் என்று புரிய சில நொடிகள் ஆனது. ஒவ்வொரு இரவிலும் சிறுநீர்ப் பை நிரம்பி வயிறு கொதிக்கும் சமயம் புகைவண்டியின் ஏதோ ஒரு உறுமலோடுதான் விழிக்க வேண்டி இருக்கிறது. நிமிடத்துக்கு ஒரு முறை பொத்தானை அமுக்கி தான் விழித்துக்கொண்டுதான் இருக்கிறோம் என்று பதிவு செய்யும் விஜிலன்ஸ் கண்ட்ரோல் டிவைஸ் நினைவுக்கு வர அனிச்சையாக பொத்தானைத் தேடுவதும் உண்டு. உறக்கத்தில் விழிக்கும்போதெல்லாம் இஞ்சின் கேபினில் இருப்பதாக அவருக்குள் எப்பொழுதும் ஒரு பதட்டம் இருந்து கொண்டே இருக்கும்.

சட்டென்று இடுப்புப் பகுதியை தன்னிச்சையாக தொட்டுப் பார்த்தார் லேசாக சிறுநீர் வேட்டியில் கசிந்திருந்தது அடி வயிற்றில் வலி உலக்கையை வைத்து இடிப்பது போல நரக வேதனையாக இருந்தது. கழிவறைக்குச் சென்று சிறுநீர் கழிப்பதற்காக நின்றபோது உயிர்நாடியில் ஊசியைச் செருகியது போல விண்விண்னென்று தெறித்தது. கண்களில் இருந்து தாரை தாரையாக கண்ணீர் வடிந்தது. கொக்கியில் மாட்டி இருந்த சட்டைப்பையில் துழாவி பாக்குப் பொட்டலத்தைப் பிரித்து வாயில் போட்டுக்கொண்டார். பாக்குத்தூளை மெல்லும்போது தாடைகள் நெறிபடும் சமயம், வலியை மென்று துப்புவது போன்ற உணர்வு. எல்லா துகளையும் சவைத்த பிறகு ஒரு செம்பு நீரை முகர்ந்து 'மடக் மடக்' என்று குடித்தார். சுற்றிலும் தூங்கிக் கொண்டிருந்த பெரியநாயகியையும் பிள்ளைகளையும் பார்த்தார் யாருக்குமே இவரது வலி தெரியாது. குறைந்தபட்சம் அவருக்கு வலி என்கிற உணர்வு இருக்கிறதென்பது கூட அவர்களுக்குத் தெரியாது. ஓய்வில்லாமல் சுற்றும் மின்விசிறியைப் போலத்தான் அவர் என்பது அவர்களின் எண்ணம். என்றைக்காவது ஒரு நாள் காற்று நிற்கும் போதுதான் தலையை உயர்த்தி 'என்னாச்சு ஃபேனுக்கு' என்று அலுப்புடன் பார்ப்பார்கள்.

பெருவளத்தான் லோகோ பைலட் லாபிக்குள் நுழையும்போது மணி சரியாக மாலை நான்கு மணி ஆகி இருந்தது. எப்பொழுதும் அவர் நேரத்தைத் தவறவிட்டதே இல்லை. இன்னும் முக்கால் மணி நேரம் இருக்கிறது. அவருக்கு இன்றைக்கு ஹைதராபாத் எக்ஸ்பிரஸ் வண்டிதான் ஒதுக்கப்பட்டிருந்தது. லோகோ பைலட் ஐடி-ஐ எடுத்து சைன் இன் செய்து கொண்டார். எப்பொழுதும் அவர் போதைப்பொருள் பயன்படுத்துவதில்லை என்பதால் அந்தச் சோதனைகள் பெரிதும் அவரை நேரம் வளர்த்தியதில்லை.

"என்ன வாத்தியாரே இன்னிக்கு எந்த வண்டி?" கேட்டபடியே லாபிக்குள் நுழைந்தான் கணேசன். வேலையில் சேர்ந்த அதிகம் பேருக்கு அவர்தான் கற்றுக் கொடுத்தவர் என்பதால் பெருவளத்தானுக்கு வாத்தியார் என்ற செல்லப் பெயர் உண்டு.

"12603 தம்பி."

"ஹைதராபாத் போறீங்க... அது 16:45-த்தானே டிபார்ச்சர். 16:00க்கே சைன் இன் பண்ணீட்டிங்க ஆனாலும் நீங்க ரொம்ப பங்க்சுவல் வாத்தியாரே."

தனது லாக்கரைத் திறந்து எல்லா டூல்ஸ்-களையும் செக் செய்தபடி "உனக்கென்னப்பா நீ ஷண்டர் டூட்டி பாக்குறே உழக்குலே கிழக்கு மேற்கு பாக்குற வேலை ஸ்டேஷனுக்குள்ளேயே உன் ஜோலி முடிஞ்சிடும்..."

"அட போங்க வாத்தியாரே... கல்யாணம் பண்ணியும் பிரம்மச்சாரி மாதிரி இந்த ஷண்டர் வேலை. இத்தனை லட்சம் பேரு வேலை பார்த்தாலும் ஷண்டர் என்னிக்கும் ஒத்தை மரம்தான்... தோப்பிலே தனிமரம்..."

வாக்கி டாக்கியை ஆன் செய்து பேட்டரியின் சார்ஜிங் லெவலை செக் செய்து கொண்டார் பெருவளத்தான். பிறகு வாக்கி டாக்கியில் "12603 கார்ட் ப்ளீஸ் கம் ஆன் லைன்" என்று அழைக்க எதிர் முனையிலிருந்து எத்திராஜ் "குட்மார்னிங் சார்... 12603 கார்ட் ஆன் லைன்" என்று உடனே பதிலளித்தார். அவர்கள் இருவரும் நேர மேலாண்மையில் அப்படி ஒரு துல்லியம். ட்ரை கலர் டார்ச்சை எடுத்து எரிகிறதா என ஒரு முறை சரிபார்த்துக் கொண்டார்.

"டெஸ்ட் கால் எத்திராஜ். ப்ளீஸ் கம் டூ ப்ளாட்ஃபார்ம் நம்பர் ஃபோர்... ஆன் டைம்."

"ஓகே சார்."

ரஃப் ஜர்னல் புக்கை எடுத்து அன்றைய பயண விவரங்களை வேகமாக எழுதத் தொடங்கினார். "கணேசன்... 12603 கம்ப்ளெயிண்ட் எதுவும் இருக்கா?"

"எதுவும் இல்லை வாத்தியாரே கப்ளிங் எல்லாம் நீங்களே

ஒருதரம் செக் பண்ணிடுங்க இன்னிக்கு உங்க கூட வர்றது புது ஏஎல்பி... மஜாவா போயிட்டு வாங்க."

"இதுல என்னப்பா மஜா..? யார் கூட வந்தா என்ன?"

"பிரமீளா கூட வந்தா?"

சட்டென்று நிமிர்ந்த பெருவளத்தான், "என்னது பிரமீளாவா? புதுசா ட்ரான்ஸ்ஃபராகி வந்த பொண்ணா? என்ன கலாய்க்கறீயா?"

"இல்லை வாத்தியாரே... நான் ஏன் கலாய்க்கறேன் டூட்டி சார்ட்ல பாருங்க கேசவன் திடீர்னு லீவ்... வேற யாரும் இல்லையாம்."

"13 மணி நேரம் ட்ராவல்... நான் வேற டயபடிக் பேஷண்ட்.... போதாததுக்கு யூரினரி ப்ளாடர்ல பிரச்சினை... இங்க பாரு" ஒரு பழைய கல்யாணத் தாம்பூலப் பையைத் திறந்து காண்பிக்கிறார் உள்ளே கசங்கிப்போன நாலைந்து நெகிழிப்பைகள். கூடவே கழுத்துப் பக்கம் அறுக்கப்பட்ட பழைய இத்துப்போன பாட்டில்.

"அரை மணிக்கு ஒருதரம் எனக்கு முட்டிக்கிட்டு வந்துடும் சூலூர்பேட்டை வரைக்குமே காலை இடுக்கிட்டுத்தான் உக்காந்திருப்பேன். கேரி பேக்கை வேற தடை பண்ணிட்டாங்களா... கெடைக்க மாட்டேங்குதுடா... பூக்காரன்... நுங்கு விக்கிறவன்... குடுக்கற கேரி பேக்கை எல்லாம் கழுவி பத்திரமா வச்சிக்கிட்டு டூட்டி பாக்கறப்ப யூஸ் பண்றேன்... சொன்னா நம்ப மாட்டே போன வாரம் தெரு முனையிலே குப்பைத் தொட்டியிலே தொத்திக்கிட்டு இருந்த ஒரு கேரிபேக்கை யாருக்கும் தெரியாம எடுத்து வச்சிக்கிட்டு அடுத்த நாள் டூட்டிக்கு எடுத்துட்டு வந்தேன். ரயிலை ஓட்டுற லோகோ பைலட் கேபின்ல ஒரு கக்கூஸ் வைக்க மாட்டேங்கறாங்க கேரி பேக்கை தடை பண்றாங்களாம். என்கூட வர்ற ஏஎல்பிங்க எல்லாருக்கும் இதே பிரச்சினை இருக்கு. எனக்கு அரை மணி நேரம் தாக்குப் பிடிக்கும் சில பேருக்கு ஒரு மணி நேரம்

இல்லைன்னா ரெண்டு மணி நேரம் அவ்வளவுதான்... இதுல எப்படிடா லேடி ஏஎல்பி கூட போறது?"

"இந்த பிரச்சினையாலதான் எனக்கு ப்ரமோஷனே வேணாம் அப்படின்னு ஷண்டர் டூட்டி பாத்துக்கிட்டு இருக்கேன். கிட்னியில கல்லு சேர்ந்து யப்பா மரண வலி... போதும்டா சாமி இந்த ட்ரான்ஸ்போர்ட் டூட்டின்னு அன்னிக்கு ஓடி வந்தவன்தான்... எனக்குத் தெரியாதா அந்த வேதனை... நீங்க தொரைராஜு சார்கிட்ட பேசிப்பாருங்களேன்."

புக்கை எழுதி முடித்துவிட்டு வெளியே வந்தபொழுது மிகச்சரியாக துரைராஜ் எதிரே வந்தார். அவர் கையில் காஷன் ஆர்டர் லெட்டர். தான் ஓட்டப்போகிற வண்டி, அது எந்த ஸ்டேஷனில் எவ்வளவு நேரம் நிற்க வேண்டும். எத்தனை வேகம் செல்ல வேண்டும் என்பதற்கான தகவல் அறிக்கை. இந்த மாதிரி நெருக்கடியான சந்தர்ப்பத்தில் எதுவும் ஆட்சேபணை சொல்லிவிடக் கூடாது என்பதற்காகவே அவசரம் அவசரமாக தயார்செய்துவிடுவார்கள்.

"என்ன சார்... குமார் இன்னிக்கு வரலையா? நீங்களே எடுத்துட்டு வர்றீங்க?"

"அவனை ஷாலிமார் எக்ஸ்பிரஸ் வண்டி ப்ரெஷர் பைப் செக் பண்ண அனுப்பி இருந்தேன் இன்னும் ஆளைக் காணும். அதான் நானே வந்துட்டேன்... இந்தாங்க... இதைப் பிடிங்க."

"சார்... என் நிலைமை உங்களுக்கு நல்லா தெரியும். லாங் ட்ரிப் வண்டிக்கு என்னைப் போடாதீங்கன்னு சொன்னேன் ஆனா ஒவ்வொரு தரமும் லாங் ட்ரிப்தான் இப்ப என்னடான்னா கூட பிரமீளாவை ஏஎல்பியா போடறீங்க... எனக்கு பிளாடர் பங்க்சர் சார். பச்சையா சொன்னா என்னோட இடுப்பிலே இருக்கிறது ஓட்டை பலூன்... வழி எல்லாம் கேரிபேக்தான் எனக்கு டாய்லெட்... கூட ஆம்பளைங்க இருந்தா எனக்கும் பிரச்சினை இல்லை அவங்களுக்கும் பிரச்சினை இல்லை.. சமயத்துலே என்கிட்டே கேரிபேக் வாங்கி அவங்களும்

போயிருக்காங்க ஒவ்வொரு பேன்ட்லேயும் யூரின் நாத்தம். எவ்வளவு தோய்ச்சாலும் போவ மாட்டேங்குது சார்."

"என்ன பண்ண சொல்றீங்க? நானும் போராடிப் பார்த்துட்டேன். யாரு புதுசா வந்தாலும் உங்க கூடத்தான் போடணும்னு ஸ்ட்ரிக்ட் ஆர்டர். உண்மையிலேயே இன்னிக்கு அவங்களை ஷண்டர் கூடத்தான் போடலாம்னு இருந்தேன். கேசவனோட மாமியார் இறந்துட்டாங்களாம் தவிர்க்கவே முடியலை உங்க கூட போடறதுக்கு வேற ஆளே இல்லை. பின்னாடி பேசஞ்சர் கோச் டாய்லெட்டுக்கு போயிடுங்க."

"சென்ட்ரல்லே எடுத்தா சூளூர்பேட்டை ஸ்டேஷன்ல நிக்கறதுக்கு சரியா ஒண்ணே கால் மணி நேரம் அதுக்கே தாங்காது சார்... இதுல நல்கொண்டா ஸ்டேஷன்லே ராத்திரி ரெண்டே முக்காலுக்கு எடுத்தா அடுத்தாப்புலே செகந்திராபாத் ஸ்டேஷன்தான் ஸ்டாப்பிங்... அங்க நிக்கறதுக்கு காலையிலே நாலரை ஆயிடும் யோசிச்சு பாருங்க நான் எப்படி எறங்கறது? பேசாம குதிச்சு தற்கொலை பண்ணிக்க வேண்டியதுதான்."

"இன்னிக்குத்தான் அந்த பொண்ணுக்கு இங்க மொத டூட்டி.... சார்ட்ல போட்டுட்டு கேன்சல் பண்ணிட்டா அப்சட் ஆயிடும். பாவம்... இன்னிக்கு... பார்த்து அட்ஜஸ்ட் பண்ணிக்கங்க... அடுத்த டூட்டி லோக்கல்ல போட்ருவோம்."

"இப்படி செண்டிமெண்ட் டயலாக் பேசியே சமாளிக்கறீங்க... எங்க பிரச்சினையை யார்தான் சார் கேக்கப் போறீங்க?"

"நான் சமாளிக்கறேனோ இல்லையோ... நீங்க நல்லா சமாளிச்சிடுவீங்க.. அந்தப் பொண்ணைத்தான் ஃபிளாஷர்; லைட்.... ஹெட் லைட் ஹாரன் எல்லாத்தையும் செக் பண்ணச் சொல்லி இருக்கேன் ஆர்வமா போயிருக்கு. நீங்க பங்க்சுவல் ஆச்சே. டைம் நாலேகால் ஆகுது. பிரேக் பவர் டெஸ்ட் சர்ட்டிபிகேட்டை பிரமீளாட்ட குடுக்க சின்னதுரைகிட்ட சொல்லி இருக்கேன். செக் பண்ணி பழகட்டும்... என்ன சொல்றீங்க? ஆல் தி பெஸ்ட்... ஹேப்பி ஜர்னி... போய்ட்டு

வாங்க" காஷன் ஆர்டர் லெட்டரை கையில் திணித்துவிட்டுக் கிளம்பினார். பிளாட்ஃபாரத்துக்குப் போவதற்கு முன் அவசரமாக கழிவறைக்குச் சென்று பாரத்தை இறக்கினார் பெருவளத்தான்.

நான்காவது பிளாட்ஃபாரத்துக்கு பெருவளத்தான் போனபொழுது உண்மையில் மிக ஆர்வமாக இன்ஜினை சுற்றிச் சுற்றி வந்து ஒவ்வொன்றையும் பரிசோதித்து தன் கையில் வைத்திருந்த நோட்டில் குறித்துக் கொண்டிருந்தாள் பிரமீளா.

"குட்மார்னிங் சார் ஐயாம் பிரமீளா... அசிஸ்டன்ட் லோகோ பைலட்... திருச்சியிலேர்ந்து ட்ரான்ஸ்ஃபர் ஆகி வந்திருக்கேன்... உங்களுக்கும் சொந்த ஊரு திருச்சிதான்னு சொன்னாங்க. உங்களைப் பத்தி நெறைய கேள்விப்பட்டிருக்கேன்... உங்க கூட ஃபர்ஸ்ட் டூட்டி... உண்மையிலேயே ஐயாம் லக்கி சார்."

'என் கூடவா? பொழப்பு நாறிப் போயிடும்' என்று மனசுக்குள் சொல்லிக் கொண்டார். முகத்தில் வலுக்கட்டாயமாக சிரிப்பை வரவழைத்துக்கொண்டு "தேங்க் யூ" என்று சொல்லிவிட்டு கப்ளிங்கை ஒரு தரம் பார்த்துவிட்டு, வுடன் வெட்ஜெஸ் எடுத்தாயிற்றா என எல்லாவற்றையும் சுற்றிப் பார்த்தார்.

"சார்... நான் எல்லாத்தையும் செக் பண்ணிட்டேன் சார். எவரிதிங் ஓகே" என்றாள் பிரமீளா முதல் பாசஞ்சர் ட்ரெயின் பயண சந்தோஷத்தில் மிதந்தாள்.

"ஓ... குட்...." என்றபடி கேபினுக்குள் ஏறினார். எல்லாவற்றையும் ஒரு முறை பார்த்தார். தன் கையில் இருக்கும் தாம்பூலப்பையை எங்கு வைப்பது என்கிற குழப்பம் அன்றுதான் அவருக்கு முதன்முதலாக வந்தது. சற்றுத் தடுமாறியபோது பிரமீளா "சார் என்கிட்டே குடுங்க நான் வச்சிக்கறேன்" எனக் கேட்டாள்

"இருக்கட்டும்மா பரவாயில்லை" என்று முன்னிருக்கும் பேனலில் ஓரமாக வைத்தார். வாக்கி டாக்கியை எடுத்து எத்திராஜை அழைத்து எல்லாம் ஓகே என்று தகவல் சொன்னார். ஆல்ரைட் சிக்னல் கிடைத்ததும் ஒரு லாங் ஹாரனும் கூடவே ஒரு ஷார்ட்

ஹாரனும் கொடுத்தார். அது பூம் என்று ஒரு முறை சத்தமாக அலறி பின் மெலிந்த குரலில் பூம் என்று ஒரு சிற்றொலியை எழுப்பியது. மிகச்சரியாக 16:45 ஆன பொழுது வண்டியை ஸ்டார்ட் செய்தார்.

பிரமீளா மிக சப்தமாக "மெயின் லைன் ப்ரோசீட் சார்" என்று குரலெழுப்பினாள். அவளது குரலில் பெருமிதம் கரை புரண்டோடியது.

"எஸ் ப்ரொசீட்" ரேஸ் குதிரையின் கம்பீரத்துடன் அதே நேரம் மிக மெல்லமாக ஹைதராபாத் எக்ஸ்பிரஸ் இரும்புத் தடத்தில் உருளத் தொடங்கியது.

"ஸ்பீட் கண்ட்ரோல் டீட்டெயில் பார்த்து சொல்லுவியாம்மா."

"சொல்லுவேன் சார்."

"ஓகே அப்பப்ப விஜிலன்ஸ் கண்ட்ரோல் டிவைஸ் பொத்தானை அழுத்தணும். நான் மறந்தாலும் நீ மறக்கக் கூடாது. அப்புறம் பேக்சைடு பார்த்துட்டே வரணும்."

"ஏற்கனவே கூட்ஸ் ட்ரெயின் போயிருக்கேன் சார் எனக்கு பழக்கம்தான்."

"நல்லது... அப்பா அம்மா எங்க இருக்காங்க? திருச்சியிலேயா..?"

"அப்பா நான் ரெண்டாம் கிளாஸ் படிக்கும்போதே தவறிட்டாங்க சார். அம்மா மட்டும்தான். எங்க தாய் மாமாதான் என்னை வளர்த்துப் படிக்க வச்சது எல்லாம்.. எங்கம்மா திருச்சியில மாமா வீட்டுலதான் இருக்காங்க..."

"அடடா... கூடப் பொறந்தவங்க?"

"யாருமில்லை சார் நான் ஒருத்திதான்."

ஒரு கணம் யோசித்து அவளைத் திரும்பிப் பார்த்த பெருவளத்தான் "அப்படின்னா நீ என்னை அப்பாவா நெனச்சுக்கோ" என்றார்.

திகைப்புடன் அதே நேரம் ஒரு மெல்லிய சந்தோஷத்துடன் அவரைப் பார்த்தாள் பிரமீளா.

“என்னடா பார்த்த ஒரு நிமிஷத்துலேயே இப்படிச் சொல்றானேன்னு நெனைக்காதே... எத்தனை வயசான ஆளா இருந்தாலும் ஒரு ஆம்பளைன்னு வந்துட்டா அவன் கூட ஒரு கேபின்ல தனியா வர்றது எத்தனை சங்கடம்னு எனக்குத் தெரியும். நீ பயப்படாம ஒரு அப்பா கூட ட்ராவல் பண்றமாதிரி நெனைச்சுக்க.”

“சார் நீங்க நம்புவீங்களோ என்னவோ எனக்குத் தெரியாது உங்களைப் பார்த்து எனக்கு அந்த பயமெல்லாம் வரவே இல்லை சார்.”

“சந்தோசம்... இன்னொரு காரணமும் இருக்கும்மா... அதைக் கொஞ்சம் விளக்கமா சொல்லணும். போரடிக்கும் பரவாயில்லையா?”

“சொல்லுங்க சார்.”

“நான் ஒரு டயபாடிக் பேஷன்ட். இப்ப ஒரு வருஷமா சிஸ்டிட்டிஸ் பிரச்சினை. டாய்லெட்டே இல்லாத கேபின்ல மணிக்கணக்கா ட்ராவல் பண்ணி யூரினை அடக்கி அடக்கி இப்ப யூரினரி பாத்ல பிரச்சினை. ரொம்ப நேரம் அடக்கி வச்சா அடிவயித்துலே வலி உயிர் போயிடும். ஒரு டம்ளர் யூரின் போறதுக்குள்ளே ஒரு சொம்பு அமிலத்தைக் குடிச்ச மாதிரி எரிச்சலும் வலியும் ஆளைக் கொன்னு எடுத்துடும். ராத்திரியிலே அசந்து தூங்கிட்டேன்னா அவ்வளவுதான் கண்ணு முழிக்கறதுக்குப் பதிலா பேசாம ஒரேயடியா கண்ணை மூடிடலாம்னு தோணும்.”

“சார் டாக்டர்கிட்டே காமிக்கலையா?”

“எல்லாம் காமிச்சாச்சும்மா மாத்திரையிலேயே சரியா போயிடும்னு குடுத்துருக்காரு. ஆனா யூரின் வந்தா அடக்காதீங்க உடனே போயிடணும்னு சொன்னார் ஆனா நம்ம பொழப்பு அப்படி உடனே போற மாதிரியா இருக்கு? ஸ்டேஷன் ஸ்டாப்பிங் ஸ்பீட் ரிப்போர்ட்டை எடுத்து ஒவ்வொரு ஸ்டேஷன்லேயும் எத்தனை நிமிஷம் நிக்கணும்னு பாரு.”

பிரமீளா அந்த பேப்பரைக் கையில் எடுத்து ஒரு முறை பார்த்தாள்.

“என்ன சார் இது குண்டூர்ல ஒன்பது நிமிஷம் அப்புற செகந்திராபாத்லே அஞ்சு நிமிஷம். மத்த இருபது ஸ்டேஷன்லேயும் ஒரு நிமிஷம்தான் நிக்கணும்.”

“பதிமூணு மணி நேர ட்ராவல் மொத்தம் பதினாலு நிமிஷம்தான் நமக்கு ரெஸ்ட். அதுக்குள்ளதான் நாம சாப்புடணும், யூரின் போகணும், இறங்கி சூடா ஒரு டீ குடிக்கணும். இந்தத் தாம்பூலப்பையைப் பார்த்தியே அதுக்குள்ளே என்ன இருக்குன்னு நினைக்கிறே? கேரிபேக்ஸ்... எனக்கு ஒருமணி நேரமே தாங்காது ரெண்டு கேரிபேக் செலவாயிடும். என்னைப் போயி லாங் ட்ரிப்லே போடறாங்க.”

“சார்...”

“இதுக்கு நீ ஒண்ணும் பண்ண முடியாதும்மா... இதுவரைக்கும் என் கூட லேடி ஏஎல்பி யாரும் வந்ததே இல்லை... வாடகைக்கு வீடு பாக்கறப்போ டாய்லட் சுத்தமா இல்லைன்னு பொண்டாட்டியும் பிள்ளைங்களும் சொன்னாங்கன்னு ரெண்டாயிரம் கூட தந்து நல்ல டாய்லட் இருக்கற வீடா பாத்து குடி வச்சிருக்கேன். இங்க முட்டிக்கிட்டு வந்தா போறதுக்கு ஒரு முட்டுச்சந்து கூட இல்லை... நம்ம பொழப்பு அப்படி.”

என்ன பதில் சொல்வதென்று தெரியாமல் விழித்தாள் பிரமீளா.

“ஒரு வேடிக்கை என்னன்னா நிர்வாகம் ஒட்டுமொத்தமா என்னை இந்த இரயில் ஓட்டுற மெஷினா நெனைக்குது ஒரு நாள் கூட லீவு எடுக்காத நடுவுல ரிப்பேர் ஆகாத மெஷினா இருக்கணும்னு நினைக்குது... என் குடும்பத்துக்கு நான் சம்பாதிக்கிற மெஷின் ஒரு நாள் கூட வேலைக்குப் போகாம இருக்கணும். ஆனா ஒத்தை ரூபா கூட கொறையாம சம்பளம் வாங்குற மெஷினா இருக்கணும் நான் ரெஸ்ட் எடுக்கனும்னு ஆசைப்படறாங்கன்னு நெனைச்சுடாதே... வீட்டுல இருந்து அவங்களுக்கான வேலையை எல்லாம் முகம் சுளிக்காம

செய்யணும் எனக்குள்ள இருக்கற கிட்னி, லிவர், லங்க்ஸ் இது எல்லாம் சும்மா வெறும் ஸ்பேர் பார்ட்ஸ் நாள் முழுக்க நாய் மாதிரி ஒழைக்கணும் ஆனா தேயக்கூடாது... தேய்ஞ்சுட்டா அதை எல்லாம் நான் பத்திரமா வச்சிக்கலைன்னு குத்தம் சொல்லிட்டு போயிட்டே இருப்பாங்க."

"அப்படி எல்லாம் நினைக்காதீங்க சார் நீங்க எவ்வளவு திறமையானவர்னு திருச்சி வரைக்கும் தெரியும் அப்படித்தான் உங்க வீட்டுலேயும் நினைப்பாங்க."

"வளர்ப்பு நாய்க்கு தங்கத்துல செயின் போடறமாதிரி அது..." என்று சொல்லிவிட்டு சிரித்தார் கும்மிடிப்பூண்டி இரயில் நிலையத்தை தாண்டியாயிற்று இப்பொழுதே இடுப்பிலிருந்து நீர் ஓடிவந்து காலிடுக்கில் எட்டிப்பார்ப்பது போல ஒரு உணர்வு இன்னும் எளாவூர், ஆரம்பாக்கம், தடா, அக்கம்பேட் நிலையங்களைத் தாண்டினால்தான் சூலூர்பேட்டை.... எப்படியும் முக்கால் மணிநேரம் ஆகிவிடும்.

லேசாக இருட்டத்தொடங்கியது. மழை வருவதற்கான அறிகுறிகள் தென்பட்டன. காற்று குளிர்ந்து அவ்வப்பொழுது அவர் காதருகே உற்சாகமாக விசில் அடித்துவிட்டுச் சென்றது. வறண்ட வாழ்வின் சுமைகள் கால் வைக்க இடமில்லாத பேருந்தின் படிகளில் பயணிப்பது போல நெருக்கியடித்தன. கைக்கு எட்டிய ஜன்னல் கம்பிகளை கைவிரல்கள் இறுகப்பற்றி இருப்பது போல இயற்கையின் ஏதோ ஒரு வனப்பு அல்லது ஒரு சுகம் இப்படியாக விழாதபடிக்கு பிடித்திருக்கிறது.

"நீ சூலூர்பேட்டை சம்சா சாப்பிட்டு இருக்கியா?"

"இல்லை சார் நான் இந்தப் பக்கமே வந்தது இல்லை பெரும்பாலும் மதுரை, திருநெல்வேலி நாகர்கோயில் இப்படி எல்லாம் சவுத் சைடு சார் அதிகபட்சம் திருவனந்தபுரம் போயிருக்கேன் எல்லாம் கூட்ஸ்தான்."

"சம்சாவுக்கு தொட்டுக்க காரச் சட்னி வச்சித் தருவாங்க இல்லன்னா பச்சை மொளகா."

"பச்சை மொளகாவா."

"ஆமா... ஆனா செம டேஸ்ட்டா இருக்கும் ட்ரை பண்ணி பாரு..."

இடையிடையே மிகச்சரியாக வண்டியின் வேகம் குறித்த அறிக்கையைப் படித்து நினைவூட்டியபடியே வந்தாள்.

"நான் ஜாயின் பண்ணி ஒரே வருஷத்துலே நான் போன வண்டியிலே ஒரு ரன் ஓவர் சார்."

சட்டென்று அவளைத் திரும்பிப் பார்த்து "அப்படியா?" என்றார்.

"ஆமா சார் கன்னியாகுமரி போயிட்டு இருந்தோம். விருதுநகர் தாண்டி பத்து கிலோமீட்டர் போயிருப்போம் இதே மாதிரி இருட்டற நேரம்... திடீர்னு தலையை விரிச்சுப் போட்டுட்டு ஒரு அம்பது வயசு அம்மா ட்ராக் பக்கத்துல உள்ள தெருவிலேர்ந்து ஓடி வந்து இஞ்சினுக்கு நேரா கத்திக்கிட்டே வருது... பார்த்த உடனே புரிஞ்சிடுச்சு. வீட்டுல ஏதோ பிரச்சினைன்னு... சவுந்தராஜன் சார்னு ஒரு எல்பி அவரு எவ்வளவோ ட்ரை பண்ணினாரு. சும்மா முன்னூறு மீட்டர் தூரம்தான் இருக்கும் இஞ்சினுக்குப் பின்னாடி நாற்பத்திரெண்டு வெகிக்கல்... அவ்வளவு ஷார்ப்பா பிரேக் பிடிக்க முடியலை... கண்ணெதிரே சார்... நாலுநாள் தூங்கவே இல்லை சார்."

"கொடுமை... நமக்கு ஒரு சம்மந்தமும் இருக்காது ஆனா என்னமோ நாமளே கொலை பண்ணினமாதிரி குற்ற உணர்ச்சி நெஞ்சை அறுக்கும். நம்ம ஸ்டேஷன்லே தங்கவேலுன்னு ஒரு எல்பி இருந்தாரு. அவருக்கு அப்ப ஹௌரா வண்டி அலகேஷன்... நெல்லூர்கிட்ட ஒரு கல்யாண கோஷ்டி வேன்ல வந்துகிட்டு இருந்துச்சு. ஆளில்லா கேட் க்ராஸ் பண்ணிடலாம்னு அந்த டிரைவர் குறுக்க வந்துட்டான். அவங்க துரதிர்ஷ்டம் ட்ராக் மேல வண்டி ஆஃப் ஆகி நின்னுடுச்சு. அம்பது மீட்டர்தான் கேப் அவங்க கெட்ட நேரம் வேன் கதவு வேற தொறக்கலே... கல்யாணம் பண்ணின பொண்ணு மாப்பிள்ளை அவங்க அம்மா அப்பான்னு பன்னெண்டு பேர் அதே இடத்திலேயே...

வாழ்க்கையே அப்பத்தான் துவங்கி இருக்கு அப்படின்னு நெனச்சிட்டு இருந்திருப்பாங்க அந்த துக்கம் தாங்காம ஒரு வாரம் தூங்காம கொள்ளாம... மன உளைச்சல் அதிகமாகி ஒரு வாரம் கழிச்சு தங்கவேலு தற்கொலை பண்ணிகிட்டாரு... தப்பு செஞ்சவரு அவரில்லை ஆனா தண்டனை அவருக்கும் அவரு குடும்பத்துக்கும்...”

“இத்தனை வருஷ சர்வீஸ்ல உங்களுக்கு ஒரு ரன் ஓவர் இன்சிடென்ட் கூட இல்லைன்னு பேசிக்கிட்டாங்க சார்.”

“அது தெறமை இல்லைம்மா அதிர்ஷ்டம்.”

தடா நிலையம் தாண்டியது. பிரமீளா பேனல் அளவீடுகளை ஆர்வமாக குறித்துக் கொண்டிருந்தாள்.

பெருவளத்தான் இடுப்பில் வெந்நீர் சட்டியைக் கட்டி வைத்தது போல சூடும் வலியும் பின்னியது. அவரது வலிகளை முகம் காட்டிக்கொடுத்துக் கொண்டிருந்தது.

“என்ன சார் ஆச்சு?”

“ஒண்ணுமில்லைம்மா. வழக்கமா வர்ற வலிதான்...” திரும்பி நின்றுகொண்டு வயிற்றைப் பிடித்துக்கொண்டார்.

“தண்ணி குடிக்கறீங்களா சார்.”

“எனக்கு இப்ப எதிரியே தண்ணிதான். ஒத்தைப் பாயி வூடுன்னு எங்க கிராமத்து பக்கம் சொல்லுவாங்க ஒரு ஆள் உள்ள இருந்தா பாயை விரிச்சுப் படுத்துக்கலாம். ரெண்டாவது ஆள் உள்ள போனா பாயைச் சுருட்டிட்டு உக்காந்துக்கலாம். மூணு பேருன்னா நின்னுக்கலாம். அவ்வளவு சின்ன வீடுங்கறதுக்காக சொல்லுவாங்க. ஒத்தை சொம்பு பை எனக்கு.... உள்ள இருக்கற விருந்தாளியை அனுப்புனாத்தான் அடுத்த சொம்பு குடிக்க முடியும். என்னிக்காவது ஒருநாள் யூரினே வராம அடைச்சி போச்சுன்னா அன்னிக்கு நீங்க ரொம்ப சீரியஸ் ஆயிடுவீங்க ஜாக்கிரதைன்னு டாக்டர் சொல்லி இருக்கார்.

அதுவரைக்கும் பிரச்சினை இல்லை.” வலியைப் பொறுத்தபடி வலிந்து புன்னகையை வரவழைத்துக்கொண்டு சொன்னார்.

சூலூர்பேட்டை இரயில் நிலையம் வந்தபோது கிட்டத்தட்ட தெப்பலாக நனைந்து போனார். அத்தனை வியர்வை... வண்டியை நிறுத்திவிட்டு அருகில் இருந்த கோச்சுக்குப் போகும் முன்னர் அந்த அவசரத்திலும் “சம்சாவுக்காக கீழ இறங்கிடாதம்மா... விக்கிற பசங்களே இஞ்சினுக்கு வந்துடுவானுங்க” என்றபடி ஓடுவதுபோல இறங்கினார்.

பிரமீளா நிலையத்துக்கான சம்பிரதாய சைகைகளை பரிமாறிவிட்டு கார்டிடம் கிளியரன்ஸ் கேட்க வாக்கி டாக்கியில் அழைத்தாள். எத்திராஜ் செக் செய்துவிட்டு அழைப்பதாக பதிலளித்ததும் சற்று நிம்மதியானாள். இன்னும் முப்பது செகண்ட் ஆகலாம். அதற்குள் பெருவளத்தான் வந்து ஏறிக்கொள்ள வேண்டும்.

சம்சா பையன் மின்னல் போல வந்து மிளகாயுடன் வைத்து ஒரு துண்டு பேப்பரில் மடித்து அவளிடம் தரும்போது திகைப்புடன் ஒரு கணம் அவளைப் பார்த்தவன் மறுகணம் எதையும் யோசிக்காமல் அவளிடம் திணித்துவிட்டு “இருபது ரூபாக்கா... புது டிரைவரா?” என்று கேட்டுவிட்டு. பணத்தை வாங்கியதும் பதிலை எதிர்பாராமல் ஓடினான்

திரும்பவும் வண்டி ஒரு நிமிடத்தில் கிளம்புவதற்கான ஒலியை எழுப்ப அவள் எத்தனித்தபோது பெருவளத்தான் வந்து ஏறிக்கொண்டார். எத்திராஜ் அழைத்து எல்லாம் ஓகே என்றபின் ஒலியை எழுப்பினார் பெருவளத்தான். பாட்டிலைத் திறந்து மடக் மடக்கென்று தண்ணீரைக் குடித்தார்.

பிரமீளா சம்சாவையும் மிளகாயையும் ஒரு பேப்பரில் வைத்துக் கொடுத்தாள்.

“அய்யய்யோ எனக்கு வேணாம்மா காரம் உள்ளே போச்சுன்னா அப்புறம் துணைக்கு ஒரு பாட்டில் தண்ணி உள்ள போகணும் அவ்வளவுதான் ஓட்டை குடத்தை இடுப்புல கட்டிக்கிட்டு

திரியற கதை ஆயிடும். நீ சாப்பிடு சின்ன வயசுப் பிள்ளை."

இரவு கவிந்தது. வளர்பிறை என்பதால் துண்டு நிலா ஒரு குழந்தையைப் போல வானில் தவழ்ந்தபடி கூடவே வந்தது. அத்தனை பயணிகள் வண்டி முழுக்க நிரம்பி வழிந்தாலும் லோகோ பைலட்டுகளுக்கு நிலாதான் உற்ற துணை. மழை இடி இருள் காடு மலை இப்படி எல்லாவற்றிலும் புகுந்து நீந்தி துணைக்கு வருவது அதுதான்.

"காலிங் லோகோ பைலட்" எத்திராஜ் குரல் கொடுத்தார்.

"ஆன் லைன் எத்திராஜ்."

"ஒரு சின்ன சேஞ்ச் கூடூர் ஜங்ஷன்லே த்ரீ மினிட்ஸ் ஸ்டாப்பிங்."

"ஓகே எத்திராஜ் தேங்க் யூ ஓவர்."

"அப்பாடா கூடூர் லே கூட ரெண்டு நிமிஷம் நிக்கலாம்" என்று சொல்லிவிட்டு இன்னும் அரை பாட்டில் தண்ணீரைக் குடித்தார்.

"டிபன் வச்சிருக்கியாம்மா."

"இல்லை சார் வழியிலே வாங்கிக்கலாம்னு."

"ஒண்ணும் பிரச்சினை இல்லை காவாலிக்கு எட்டரைக்கு போயிடும். நல்ல இட்லி கிடைக்கும். இன்னும் கொஞ்சம் பொறுத்தின்னா ஓங்கோல் ஒன்பதே காலுக்குப் போயிடலாம் அங்க நல்ல தோசை சட்னி கிடைக்கும் இஞ்சினுக்கே வந்துடுவானுங்க."

இரவு இரண்டே முக்கால் மணிக்கு நல்கொண்டா வந்ததும் பெருவளத்தான் அவசரமாக இறங்கி கழிவறையைத் தேடி நிற்கும்போது மழை நின்றபின் மரத்தின் இலைகளில் இருந்து தேங்கிய நீர் சொட்டுச் சொட்டாக வழிவது போல சிறுநீர் மெல்ல வெளியேறியது. பேண்டின் மீது சிறிது நனைத்து துர்நாற்றத்தை விசிறியது. எதையும் யோசிக்க முடியாது. இனி செகந்திராபாத்

போனால்தான் இறங்க முடியும். நல்கொண்டாவில் ஒரு நிமிடம்தான் நிற்க அனுமதி. அவசரம் அவசரமாக பள்ளிக்குச் செல்லும் பிள்ளையின் நோட்டுப் புத்தகங்களை தோள் பையில் திணிப்பது போல மீண்டும் பேண்டுக்குள் திணிக்கும்போது எஞ்சிய நீரும் ஒழுகிப் பரவி இன்னும் மோசமாக நாறியது. ஒரு வெறிநாயின் வேகத்துடன் ஓடி வந்து இஞ்சின் கேபினுக்குள் ஏறிக்கொண்டார் பெருவளத்தான்.

அங்கிருந்து வாலிகொண்டா நிலையம் வரும் வரை பிரச்சினை எதுவும் இல்லை. வண்டி நல்கொண்டாவைத் தாண்டி ஐம்பது நிமிடங்கள் ஆகிவிட்டதால். மீண்டும் வலி உடல் நரம்புகளில் ஓடி உலுக்கி எடுத்தது. பாக்குப் பொட்டலத்தை எடுத்துப் பிரித்து வாயில் போட்டார். ம்... ஹூம்... ஆனால் வலி அடங்குவேனா என்றது. அவரையும் அறியாமல் 'அம்மா' என்று குரல் கொடுத்தார்.

"என்ன சார் ரொம்ப முடியலையா?"

"பரவாயில்லைம்மா எனக்கு இது பழக்கம்தான்."

"சார் நீங்க எனக்கு அப்பாதான் அந்த கேரிபேக்கை எடுத்து அந்தப் பக்கமா திரும்பி கூச்சப்படாம போங்க."

"இல்லைம்மா சமாளிச்சிடுவேன்."

"யூரினை அடக்குறது உடம்புக்குக் கெடுதல் சார் யோசிக்காதீங்க."

வேண்டாம் என்பது போல கையசைத்தார்.

நாகிரெட்டிப்பட்டி வரும்போது இரயிலின் சிறு அதிர்வுகூட ரம்பத்தால் அறுப்பது போல அதிர வைத்தது. ஒரு கையால் உயிர்நாடியை ரகசியமாக பிடித்துக்கொண்டார். அழுத்தினாலும் வலித்தது. பெட்டி ஆடினாலும் வலித்தது. அவரை அறியாமல் கண்ணில் இருந்து கண்ணீர்ப் பெருகி வழிந்தது.

"சார் இது ரொம்ப அநியாயம் உங்க உடம்பை நீங்களே சித்திரவதை பண்றீங்க. எனக்கு வேற குற்ற உணர்ச்சி

ஆகுது இந்த பாட்டிலைப் பிடிங்க" அவர் பையிலிருந்து கழுத்தறுக்கப்பட்ட பாட்டிலை எடுத்து அவரிடம் தந்தாள். "இப்ப நீங்க இதை யூஸ் பண்ணலைன்னா பிரேக் ஹெண்டிலைப் பிடிச்சு நிறுத்திடுவேன்... என்ன ஆக்ஷன் வந்தாலும் நான் பாத்துக்கறேன்."

"அய்யய்யோ இந்த இருட்டுலே அதுவும் இப்படி அனாமத்தான இடத்துலே நிறுத்திடாதே வெளையாட்டா போச்சா உனக்கு?" பல்லைக் கடித்துக்கொண்டு பேசினார்.

"எல்லா உயிரும் முக்கியம்தான் பேசஞ்சருக்கு ஒண்ணுன்னா நாம முடிவெடுப்போம்லே அப்படித்தான்... பாட்டிலைப் பிடிங்க" என்று அவர் கையில் திணித்தாள்.

அவரும் வலியின் உக்கிரத்தில் அதை வாங்கிக்கொண்டு திரும்பி நின்றபடி பேன்ட் ஜிப்பைத் திறந்தார். ஆனால் பாட்டிலுக்குள் வைப்பதற்குள் நரக வேதனையாக இருந்தது. ஒரு இரும்புக் குண்டை கட்டி வைத்துத் தூக்குவது போல மித மிஞ்சிய வலியில் தன்னை அறியாமல் கத்தினார். பிரமீளா திரும்பவே இல்லை. சிறுநீர் கடுகி கல்லாகி வழியை அடைத்துக் கொண்டு நின்றது போல இருந்தது. வலியைப் பொறுக்கவும் சிறுநீர் வெளியே வருவதற்காகவும் பூனையின் வாலை வருடுவது போலத் தடவிக் கொடுத்தார். ஆனால் ஒரு சொட்டு கூட விழவில்லை.. அக்னித்துண்டை செருகி வைத்தது போல எரிச்சல் உள்ளேயும் வெளியேயும் போய் போய் வந்தது. பெட்டியின் தாறுமாறான ஆட்டத்தில் வலி இன்னமும் மேலேறி இடுப்பு வரை பின்னி எடுத்தது. நின்ற நிலையில் இருந்து தடுமாறி விழுவது போல தோன்றியது அவசரமாக பக்கத்தில் இருந்த இரும்பு பிடியின் மீது கைகளைப் பிடிக்க பாட்டில் கை நழுவி விழுந்தது. சிறுநீர் வருவதற்கான அறிகுறியே இல்லை. அடைக்குது ஆனால் வரவில்லை. சீரியஸ் ஆயிட்டோமோ என்று ஒரு கணம் பயந்தார். அதே சமயம் 'ம் ம்ம்மா' என்ற ஒரு கன்றின் குரல் அவர்களைக் கடந்து கேட்டது ஒரு ஆள் தலைக் குப்புற விழுவது போன்ற காட்சி தோன்றி சடுதியில் மறைந்தது.

"சார் ரன் ஓவர்" என்று கத்தினாள் பிரமீளா.

"என்னது ரன் ஓவரா, நீ பார்த்தியா?" அதிர்ச்சியில் நிமிர்ந்து எழுந்தார்.

"சார் எலும்பு நொறுங்குன மாதிரி சத்தம் கேட்டுச்சு."

"காலிங் லோகோ பைலட்" எத்திராஜின் குரல் பதட்டமாக ஒலித்தது.

"எத்திராஜ்."

"சார் ரன் ஓவர் மாதிரி இருக்கு. ஸ்டாப் த ட்ரெயின்."

மிகுந்த வேதனையுடன் வண்டியை நிறுத்தினார் பெருவளத்தான். வண்டி நாற்பது கிமீ வேகத்தில்தான் சென்று கொண்டிருந்ததால் எதிர்பார்த்ததைவிட வெகு சீக்கிரத்தில் நின்றது. அடுத்து வர இருக்கின்ற பீபி நகர் ஸ்டேஷன் மாஸ்டருக்கும் கடந்து போன நாகிரெட்டிப்பட்டி ஸ்டேஷன் மாஸ்டருக்கும் தகவல் தந்துவிட்டு பிரமீளாவிடம் "மொத கோச்சுல ஒரு ஆர்பிஎஃப் கான்ஸ்டபிள் இருக்காரு பயப்படாதே. அவர்கிட்ட விஷயத்தை சொல்லு" என்றபடி கேபினில் இருந்து இறங்கி எத்திராஜை நோக்கி ஓடினார். எத்திராஜ் ஏற்கனவே இறங்கி தான் நின்ற இடத்திலிருந்து டார்ச்சை அடித்துக் காண்பித்தார்.

மூச்சிரைக்க வந்து நின்ற பெருவளத்தான் "நீங்க பாத்தீங்களா எத்திராஜ்?"

"ஆமா ஆனா என்னாச்சுன்னு இருட்டுல புரியலை... ஒரு கன்னுக்குட்டி. ஒரு வேட்டி கட்டுன ஆளு கூட இருந்தது மாதிரி தெரிஞ்சது. டார்ச் வெளிச்சத்துல அவ்வளவுதான் பாக்க முடிஞ்சது."

"சரி வாங்க போயி பார்ப்போம்."

"இந்த இருட்டுலயா அதுவும் கிராமமா இருக்கு. கூட்டம் சேர்ந்துச்சுன்னா பிரச்சினை. ஆயிடும் கண்ட்ரோல் ரூம்க்கு

சொல்லிட்டீங்கள்லே... ஆர்பிஎஃப் வருவாங்க அவங்க பாத்துக்குவாங்க நமக்கு இன்ஸ்ட்ரக்ஷன் வரட்டும்.”

“இல்லை எத்திராஜ் ஒருவேளை ஆளுக்கு அடிபட்டிருந்தா நம்மாலதான் சரியா அடையாளம் சொல்ல முடியும், ப்ளீஸ் வாங்க... பக்கத்துல இருக்கறவங்க ஹெல்ப்பை கேட்டு காப்பாத்திடலாம் அனாவசியமா ஒரு உயிர் போயிடக் கூடாது வாங்க” சொல்லிவிட்டு ட்ராக்கில் தைரியமாக ஓடினார். இப்போது அவருக்கு வலி ஒரு பொருட்டாகத் தெரியவில்லை. வேறு வழி இல்லாமல் கூடவே எத்திராஜும் ஓடினார்.

சில நிமிட தூரத்தில் அந்த இடத்தை அடைய முடிந்தது. ஒரு வயதான கிராமத்து ஆள். தலையில் கையை வைத்துக் கொண்டு ட்ராக்கின் ஓரத்தில் குத்துக்காலிட்டு அமர்ந்தபடி அழுதுகொண்டிருந்தார். இவர்களைப் பார்த்ததும் தெலுங்கில் ஏதோ புலம்பியபடி தலையில் அடித்துக் கொண்டார்.

டார்ச் லைட்டை ட்ராக்கில் அடித்தபொழுது கன்றின் முகம் பளிச்சென்று தெரிந்தது. உடல் மீது சக்கரம் ஏறி இருந்தது. முகம் துளி காயம் கூட இல்லாமல் துடைத்து வைத்த பாத்திரம் போல் அத்தனை தெளிவாக இருந்தது. அதன் கண்களில் இருந்த ஒளி மறையவே இல்லை. மரணத்தின் எந்தத் தடயத்தையும் வலியையும் அதன் முகத்தில் கண்டுணர முடியவில்லை. கன்றின் அருகில் சென்று அதன் முகத்தைத் தடவிய பொழுது அவரையும் அறியாமல் ‘அம்மா’ என்று பெருவளத்தான் கத்தினார். அத்தனை நேரம் வர மறுத்து நிரம்பி அடைந்துக்கிடந்த பெருவெள்ளம் அவரையும் அறியாமல் உடைந்து பெருக்கெடுத்து காலிடுக்கின் வழியே ஓடி பாதங்களின் மீது தேங்கி பின் வழிந்து ஓடியது. ஒரு பெரும் பாறாங்கல்லை சுமந்து ஓடி வந்து பின்னர் இறக்கி வைத்தது போல அத்தனை வலியும் நீரோடு ஓடி ஒளிந்துகொண்டது

கடைசியாகக் கேட்ட ம்.... ம்ம்மா என்ற குரல் கன்றின் உடம்பில் குடிகொண்டிருந்த உயிரின் ஒலி போலத் தோன்றியது. “என்னைப் பெத்த தாயே” என்று கன்றின் முன் அமர்ந்து

அழுத பெருவளத்தானை விநோதமாக பார்த்த அந்த கிராமத்து நபர் தன் அழுகையை நிறுத்திவிட்டு அவரையே பார்த்துக் கொண்டிருந்தார். காற்றில் கலந்திருந்த கன்றின் ஆன்மா அவர்கள் மீது படர்ந்து தழுவியது. பிறை நிலா நகராமல் அவர்களையே உற்றுப் பார்த்துக்கொண்டிருந்தது.

(ஸீரோ டிகிரி பப்ளிஷிங் நடத்திய
சிறுகதைப் போட்டி 2022-ல்
சிறந்த சிறுகதையாக தேர்வு பெற்ற சிறுகதை)

2. பேரமைதியின் ஓசை

“கேக்குதா சார்? கேக்குதுங்களா எனக்கு உங்க வாய்ஸ் க்ளியரா கேக்குதே” என்றான் ஜகன்நாதன் சப்தமாக...

மறுமுனையில் பெருமாள் “ஹலோ... ஹலோ” என்றபடி இருந்தான்.

“நான் ஜாக் சார்... ஜகன்நாதன்... ஃபோலி ஆர்ட்டிஸ்ட்.” அலைபேசி இணைப்பு தொடர்பிழந்தது.

பி.ஆர்.ஓ பெருமாள் இந்தத் துறையில் இருபது வருடங்களுக்கு மேல் இருப்பவன். சினிமாத்துறையின் அத்தனை சித்துவேலைகளும் அறிந்தவன். யாருடைய அழைப்பை ஏற்க வேண்டும், யாருடைய அழைப்பை எப்படித் துண்டிக்க வேண்டும் என்கிற வித்தை எல்லாம் தெரிந்தவன். அவ்வளவு முக்கியமில்லாத நபர் என்றால் இப்படியாகக் கேட்காதது போலத் துண்டிப்பான்.

யாரிடம் கேட்பது என்று புரியவில்லை. இன்று மாலை ‘ஜகஜால தந்திரன்’ படத்தின் திரையிடல் ஏ.வி.எம் ஸ்டூடியோவில் உள்ள

ப்ரிவியூ திரையரங்கில்... இதுவரை அழைப்பு வந்து சேரவில்லை. அப்பா எந்த சலனமும் இல்லாமல் அமைதியாகக் கட்டிலில் அமர்ந்திருந்தார். அவரது முகத்தில் இருந்து அவ்வளவு சுலபமாக எதையும் கண்டுணர முடியாது. காலில் புரையோடிய ஆணி பழுத்து சீழ்பிடித்து வீங்கி இருந்தபோது ஒரு ஆப்பிளை அரிவது போல டாக்டர் வெட்டியபோதும் அந்தச் சலனமற்ற முகம் அப்படியே இருந்தது.

ஒரு சிற்பியைப் போல இறைவன் நிதானமாக அப்பாவின் முகத்தைச் செதுக்கி இருக்கிறான் என்று பல சமயம் தோன்றும். அளவெடுத்தது போல நாசி, உதடு, கண்கள், கன்னங்கள் அவருக்கு. அதனால்தானோ என்னவோ பல சமயம் ஒரு சிலை அமர்ந்திருப்பது போலவே அவர் அமர்ந்திருக்கிறார் என்று தோன்றும். அவரது பெரும்பான்மை அசைவுகள் அவர் ஃபோலி ஸ்டூடியோவில் ஒலிக்கலைஞனாக இருக்கும்போதுதான் தெரியும். பாத்திரங்கள் தவறி விழும் சப்தம், குதிரைகளின் குளம்பொலி, பட படவென பறவைகள் மரத்திலிருந்து எழும்பி வானில் பறக்கும் சப்தம், துப்பாக்கியின் ட்ரிக்கரை இழுத்து லோட் செய்யும் சப்தம் என்று அவர் பல்வேறு அவதாரங்கள் எடுத்திருப்பார்.

பலநேரம் உதவி இயக்குனர்கள். சில நேரம் இயக்குனர்கள் அவரோடு அமர்ந்திருப்பார்கள். அவ்வளவுதான் அவருக்கும் சினிமாத் துறையினருக்கும் உள்ள நேரடித் தொடர்பு. பலருக்கும் அவர் பெயர் தெரியும் ஆனால் அவரது உருவம் எப்படி இருக்கும் என்று கூடத் தெரியாது. இப்பவும் நிலைமை மாறவில்லை. அப்பாவுக்கு கேட்கும் சக்தி மெல்ல மெல்ல குறையத் தொடங்கியதில் இருந்து ஜகன்நாதன்தான் இப்பொழுது அவரது ஸ்டூடியோவில் அவரது வேலைகளை செய்து கொண்டிருக்கிறான் ஜகன்நாதனை ;ஜாக்' என்று அப்பாதான் அதிகம் கூப்பிடுவார். ஜாக் ஃபோலி *(Jack Foley)* தான் இந்தத் துறையின் பிதாமகன் என்பதால் அவரது பெயரை வைக்கத்தான் அப்பா ஆசைப்பட்டாராம். ஆனால் நம்மவங்க பேரு மாதிரியே இல்லியே என்று அம்மா பிடிவாதமாக மறுக்க

ஜகன்நாதன் என்று வைத்துவிட்டார், ஆனாலும் அவனை ஜாக் என்றுதான் அழைப்பார்.

ஜகன்நாதனும், ஜாக்கும் வேறு வேறு நபர்கள் என்று பல உதவி இயக்குனர்கள் இங்கு வந்து குழம்பியதுண்டு. ஆனால் அவர்களும் கூட சில வருடங்களுக்குப் பிறகு இரண்டு பெயர்களையும் மறந்துவிட்டு பழக்கப்பட்ட மாடு வீடு வந்து சேர்வது போல ஒலிச்சேர்க்கையின் போது ஸ்டூடியோவுக்கு வந்து “பேருதான் சார் மறந்துடுச்சு” என்பார்கள். மறப்பதற்கென்றே வைக்கப்படும் பெயர்களில் தன்னுடைய பெயரும் ஒன்று என அடிக்கடி நினைத்துக் கொள்வான் ஜகன்நாதன்.

“ஜாக் அந்த அசிஸ்டண்ட் டைரக்டர் பிரான்சிஸ்... அவன் நம்பர் இருக்கா அவனைக் கேட்டுப்பாரேன்” என்றார் அப்பா

அதுவும் சரிதான் என்று தோன்றிற்று. அவனுக்கு போன் செய்தான்.

“சார் சொல்லுங்க”

அப்பாடி இவன் மறக்கவில்லை.

“இன்னிக்குதானே ப்ரிவியூ?”

“ஆமா சார் ஏவிஎம் ஸ்டூடியோ தியேட்டர் வந்துடுங்க.”

“அதான்... ஆனா இன்னும் இன்விடேஷன் வரலையே.”

“சார் அதெல்லாம் பெருமாள்கிட்ட ஒப்படைச்சாச்சு... அவன் அப்படித்தான். அதை எல்லாம் பாக்காதீங்க.. நீங்களும் படத்துல ஒரு முக்கியமான ஆள்... வாங்க நான் அங்கதான் இருப்பேன் பாத்துக்கலாம்.”

“அப்பாவையும் கூட்டிட்டு வரலாம்னு பாக்கறேன்.”

“கூட்டிட்டு வாங்க சார்... அப்பாவை டைரக்டரோட அப்பாவுக்கு நல்லாத் தெரியும் அவர் டைரக்ட் பண்ணின படத்துல எல்லாம் வொர்க் பண்ணி இருக்காரே... நம்மளை

எல்லாம் யாரும் கூப்பிடலைன்னு வருத்தப்படக் கூடாது சார்... கிருஸ்துமஸ் தாத்தா மாதிரி நாம.. அந்த டிரஸ்சுக்குள்ள நாம இருக்கறது யாருக்கும் தெரியாது.. நாம அவங்களை சந்தோஷப்படுத்தறோம் அதுல நாமளே சந்தோஷமாயிருக்கறோம் அவ்வளவுதான்" அழைப்பைத் துண்டித்தான்.

"இன்விடேஷன் மிஸ் ஆகி இருக்கும் நீங்க வாங்கன்னு சொல்றான்."

"இன்னிக்கு இல்லையாமா?"

அவருக்கு கேட்கவில்லை என்று புரிந்தது.

"இல்லைப்பா... இன்விடேஷன் அனுப்பிட்டாங்களாம் மிஸ் ஆகி இருக்கும்னு சொல்றான்" என்றான் சப்தமாக.

"ஓஹோ... அப்படித்தான் இருக்கும்... நாம போகலாம் அந்த நெருப்பு எரியற சீனை மட்டும் மூணு மணி நேரத்துக்கு மேல கஷ்டப்பட்டு பண்ணினேன்னு சொன்னே அதை பாக்கணும்னுதானே அந்த டைரக்டர் இங்க ஸ்டூடியோவுக்கு வந்தார்."

ரவிசேகர் அந்த குறிப்பிட்ட சீன் நன்றாக வந்திருக்கிறதா என்று பார்க்க இரண்டு முறை ஸ்டூடியோ வந்து பலமுறை கரெக்ஷன் சொல்லி அதன் பிறகுதான் இறுதியாக்கப்பட்டது

பள்ளிக்கூடம் ஒன்றை வில்லனின் ஆட்கள் எரிப்பது போன்ற காட்சி. தீயின் நாவுகள் கொழுந்துவிட்டு எரிவதும், பள்ளியின் நாற்காலிகள், மேஜைகள், மரக்கிளைகள், எரிந்து முறிந்து விழுவதும், பிள்ளைகளும் பெற்றவர்களும் ஆசிரியர்களும் பதறி அங்கும் இங்கும் ஓடுவதும் கையில் கிடைத்த பாத்திரங்களில் தண்ணீர் விசிறி அடிப்பதும், கதவுகள், ஜன்னல் கண்ணாடிகள் உடைவதையும் ஒளிப்பதிவாளர் தத்ரூபமாகப் படமாக்கி இருந்தார். படத்தின் மையமான காட்சி அது என்று ரவிசேகர் அந்தக் குறிப்பிட்ட காட்சி மிகச் சிறப்பாக வரவேண்டும் என்று ஒவ்வொரு பிரேமிலும் தன் கவனத்தைச் செலுத்தி இருந்தார்.

காட்சியில் தேவையான ஒலி சேர்க்க ரொம்பவே சிரமப்பட்டிருந்தான் ஜாக். வழக்கமாக கிஃப்ட் ரேப்பர் பேப்பரை கைகளில் கசக்கிப் பிரித்து ஒலி எழுப்பினாலே அந்த காட்சிக்குப் போதுமானது. ஆனால் ரவி சேகர் துல்லியமாக நெருப்பின் கோரத்தை மக்கள் உணரவேண்டும் என்பதற்காக. மரப்பொருட்கள் முறிவது, கூரை பற்றி கீற்று உடையும் சப்தம் இதை எல்லாம் அவர் நினைக்கும் அளவு கொண்டு வர பல புதிய உத்திகளைக் கையாள வேண்டி இருந்தது. எல்லாம் முடிந்தபிறகு ‘எக்ஸலண்ட் எக்ஸலண்ட்’ என்று ஜாக்-ஐ ரவிசேகர் அணைத்துக் கொண்டபோது கூச்சமாக இருந்தது.

பிரிவியூ தியேட்டரில் படம் பார்க்க ஜாக்-குக்கு ஆசையாக இருக்கும். திரையில் பார்க்கும் பல நட்சத்திரங்கள், பாடகர்கள், இசை அமைப்பாளர்கள் இப்படி சகலரையும் நேரடியாக பாக்கலாம். ஆனால் அப்பாவுக்கு அது பிடிக்காது. ;தியேட்டர்ல போயி மக்களோட மக்களா பாக்கணும் அதுதான் த்ரில்; என்பார். சின்ன வயசில் ஒன்றிரண்டு முறை பிரிவியூவுக்கு அப்பா கூட்டிக்கொண்டு போயிருக்கிறார். பெரியவனானதும் அழைத்துப் போக மறுத்துவிட்டார். அப்பா ஸ்டூடியோவுக்கு வருவதை குறைத்த போது அப்பாவின் உதவியாளர்கள் சேது, புருஷோத்துமன், இளங்கோ ஆகியோர்தான் அவரது ஸ்டூடியோவில் வேலை செய்தார்கள். ஆனால் அவர்களும் அப்பாவைப் போல பிரிவியூக்கு எல்லாம் வரமாட்டார்கள்.

அவர்கள் தனித்தனியாக படங்களுக்கு வேலை செய்ய போய்விட்ட பிறகு ஜாக் மட்டும் தனியே படங்களுக்கு இந்த வேலைகள் செய்தாலும் அவை எல்லாம் சிறிய பட்ஜெட் படங்கள் என்பதால் சவாலான வேலைகள் அவற்றில் இல்லை. மசாலா படங்கள், பெரிய பட்ஜெட் படங்களில்தான் நிறைய வேலைகள் இருக்கும். ‘ஜகஜ்ஜால தந்திரன்’ பெரிய நடிகர் நடிகைகள் நடிக்கும் பிரம்மாண்ட படம். ஐந்து நிமிடங்கள் வரக்கூடிய அந்தக் காட்சிக்காக ஜாக் மூளையைக் கசக்கிப் பிழிய வேண்டி இருந்தது.

ஒலிகளுக்கும் அவனுக்கும் ஒரு நெருக்கமான உறவு வந்துவிட்டது போலத்தான் தோன்றியது. காற்றும், அவனும் பல பொருட்களை அசைத்து அசைத்து பார்த்தபடி இருந்தனர். அவனது செவிகள் முன்னெப்போதையும் விட இப்பொழுது மிகக் கூர்மையாகின. உலகம் இத்தனை சப்தங்கள் நிரம்பியதா என அதிசயித்துப் போனான். இலைகள் அசைவது கூட அவனுக்குத் துல்லியமாகக் கேட்டது. சுவரில் அடையும் ஒட்டடைக்குக் கூட மெல்லிய ஒலி இருப்பது போலவே தோன்றியது.

காட்சியையும் ஒலியையும் இணைப்பது உயிரைக் கொஞ்சம் கொஞ்சமாக உடலில் ஏற்றுவது போல இருந்தது அவனுக்கு. மிகச் சரியாக கலக்கப்பட்ட மதுவைப் போல போதை ஏற்றியது.

பொருத்தமான சப்தங்களை உருவாக்க அப்பா கண்டுபிடித்த பொருட்கள் ஒலிக்கலைஞர்கள் இடையே பிரபலமாயின. வைரம் ஸ்டைல் என்று அவற்றுக்குப் பெயரும் கிடைத்தது. அப்பாவைப் போலவே புதிது புதிதான ஒலிச் செல்வங்களை உருவாக்கி தன் பெயரை அவற்றின் ஒலியில் கலந்துவிட வேண்டும் என்பதே அவனது லட்சியமாக இருந்தது. காணும் பொருட்களில் எல்லாம், செவிகளை வருடும் ஒலிகளை கண்டடையும் தணியாத தாகம் அவனுக்குள் கிளர்ந்தபடியே இருந்தது.

சாந்திக்கும் அவனுக்கும் இதில்தான் அடிக்கடி சச்சரவு எழும். பிள்ளைகள் எதையாவது கையில் எடுத்துக்கொண்டு கதவிலோ சுவரிலோ தேய்க்கும்போது இவன் சட்டென உற்சாகமாகி "இன்னும் கொஞ்சம் பலமா என்றோ அங்க இல்லே அந்த தகரத்திலே என்றோ அவர்களுக்கு ஆலோசனைகள் சொல்ல கிளம்பினால் அப்படியே ருத்ர தாண்டவமாடிவிடுவாள் சாந்தி.. கதவினை சாத்தும் சப்தம், தாழ்ப்பாளை மூடித் திறக்கும் சப்தம், பாத்திரங்களை உருட்டும் சப்தம் தரையில் எதையாவது தர தரவென இழுக்கும் சப்தம் இவை எல்லாம் அவளுக்கு ஆகவே ஆகாது. சரியான கிறுக்கு குடும்பம் என்று பாடித் தள்ளிவிடுவாள்.

அப்பா தயாரானதும் அவரை பின்சீட்டில் ஏற்றிக்கொண்டு

பைக்கில் நிதானமாகக் கிளம்பினான். ஸ்டூடியோவுக்குள் நுழையும்போது எதற்கும் இருக்கட்டும் என்று வாசலில் இருந்த செக்யூரிட்டிக்கு வணக்கமும் இல்லாத தயக்கமும் தெரியாத கையாட்டல் ஒன்றை அளித்தான். அவர் நிதானித்து யோசிக்கும் முன் வண்டி சாமர்த்தியமாக உள்ளே நுழைந்தது. தன் முதுகில் தானே தட்டிக்கொள்வது போல நமுட்டுச் சிரிப்பு சிரித்துக் கொண்டான்.

வண்டியை ஓரமாக நிறுத்திவிட்டு தியேட்டர் அருகே சென்ற போது திரையில் பார்த்த ஒன்றிரண்டு முகங்கள் அங்கு தெரிந்தன. எந்த நடிகரையாவது சரியாக அடையாளம் கண்டுபிடித்துவிட்டால் சட்டென குதூகலமானது மனது. இசை அமைப்பாளர் இமயவரம்பன் நின்றுகொண்டிருந்தது தெரிந்தது. குபீர் என ஒரு மகிழ்ச்சி வயிற்றிலிருந்து எழும்பி கண்கள் வழியே எட்டிப் பார்க்கத் துடித்தது. இசைப் பிரளயம் என்று அவருக்கு ஒரு அடைமொழி தந்திருப்பது பொருத்தமாகவே பட்டது, அவரது இசை அத்தனை துள்ளல்... அத்தனை புதிதாக இருக்கும், மனிதர் இருக்கும் இடமும் பிரளயமாகத்தான் தெரிந்தது. நிமிடத்துக்கு ஒரு முறை வெடித்து சிரித்தார், அவரைச் சுற்றி நின்ற கூட்டமும் கொலேரென சிரித்தது. பக்கத்தில் இருக்கும் நபரை அவரது முதுகில் தட்டித் தட்டி சிரித்துக் கொண்டிருந்தார், ப்ப்பா எத்தனை பெரிய கலைஞர். போவதற்குள் அவருடன் ஒரு செல்பி எடுத்துவிடவேண்டும் என்று நினைத்துக்கொண்டான்.

இயக்குனர் ரவிசேகர் தனது பென்ஸ் காரில் வந்து இமயவரம்பன் அருகில் நிறுத்தி இறங்கிக்கொண்டார். இருவரும் அன்பு தெறிக்க தழுவிக் கொண்டனர். அவர்கள் இருவரையும் கூட்டம் சூழ்ந்தது. இந்தச் சமயத்தில் ரவிசேகர் அருகில் சென்றால் அவர் அறிமுகப்படுத்த வாய்ப்பிருக்கிறது என்று நினைத்துக் கொண்டே அவரருகே அப்பாவையும் அழைத்துக்கொண்டு நடந்தான்.

ஆனால் அவன் நெருங்கும் சமயம் ஏதோ போன் வர ரவிசேகர் பேசிக்கொண்டே தியேட்டருக்குள் நுழைந்தார்..

தன்னை அவர் பார்த்துவிட்டார் என்றுதான் ஒரு கணம் தோன்றியது, ஆனால் அவர் சரியாக கவனிக்கவில்லை என்றும் தோன்றியது இமயவரம்பனை யாரோ ஒரு படாடோபமான பெரும்புள்ளி நெருங்கி ஆக்ரமித்துக் கொண்டார். சிறிது நேரம் அவர்கள் முன் நின்றுவிட்டு என்ன செய்வதென்று அறியாமல் தியேட்டருக்குள் நுழைந்தான். ஜாக்கிரதையாக ஆறு வரிசைகள் தள்ளி அப்பாவை அமரவைத்து அவனும் உட்கார்ந்துகொண்டான்.

சுற்றிலும் ஒரு பார்வை பார்க்க ஏதோ கல்லூரிக்குள் நுழைந்துவிட்ட பிரமை ஏற்பட்டது. இருபதில் இருந்து முப்பது வயதுக்குள்ளான இளசுகள் விதவிதமான ஹேர் ஸ்டையிலுடன் மிக இறுக்கமான ஜீன்ஸ் மற்றும் டீ ஷர்ட்டுகளுடன் காணப்பட்டனர். அவனும் அவனுடைய அப்பாவும் மட்டுமே மிக அதிகபட்ச வயதுடன் இருப்பது போலத் தோன்றியது. தொழில் நுட்பத்தின் அதீத வளர்ச்சியில் வயதானவர்களுக்கான இடம் மெல்ல மெல்ல நழுவிக் கொண்டிருப்பதாகவே நினைத்தான். அந்த அந்நியமான சூழல் அசூசையாகப் பட்டது. வந்திருக்க கூடாதோ என்று ஒரு கணம் தோன்றியது. பளீர் என விளக்குகள் எரிந்துகொண்டிருந்தது வேறு அசௌகர்யமாக இருந்தது. சீக்கிரம் அணைத்துவிட்டால் தேவலாம் என்று தோன்றியது,

அவனது வரிசைக்கு அருகில் நின்று இவர்களையே குறு குறுவெனப் பார்த்தான் ஒரு இளைஞன். ஒரு வேளை அப்பாவிற்கு அறிமுகமானவனாக இருப்பானோ?

"எக்ஸ்க்யூஸ் மீ... நீங்க யாரு?"

"ஃபோலி ஆர்ட்டிஸ்ட் ஜாக்... இது என்னோட அப்பா வைரம் இவரும் ஃபோலி ஆர்ட்டிஸ்ட்தான்."

"பார்டன்" புரியாமல் அவர்களையே பார்த்தான்.

"ஸ்பெஷல் சவுண்ட் எபக்ட்பா... நாங்கெல்லாம் ஆதிக் கலைஞர்கள். பேசுற படமெல்லாம் வர்றதுக்கு முன்னாடியே

உள்ள கலைப்பா எங்களது.”

அதற்குள் பிரான்சிஸ் வந்துவிட்டான்.

“அருண்... நம்ம டைரக்டர் இருக்காருல்லே அவங்க அப்பாவோட கெஸ்ட்” என்று ஃபிரான்சிஸ் ஆதரவாக சொல்ல

“ஓ சாரி” என வேண்டா வெறுப்பாக சொல்லிவிட்டு நகர்ந்தான்

“சார் ஒண்ணும் நினைச்சுக்காதீங்க.. தகர டப்பா கொஞ்சம் சவுண்ட் விடத்தான் செய்யும்... ஆஹா... ஹீரோ வந்துட்டார்” என்று அவன் பாய்ந்து நகர.

திரும்பிப் பார்த்து நிதானிப்பதற்குள் ஒரு மின்னலைப் போல ஹீரோ முன் வரிசைக்குச் சென்று அமர்வதைக் காண முடிந்தது. அவருக்காகவே காத்திருந்தது போல விளக்குகள் அணைக்கப்பட்டன. திரையில் படம் ஒரு மாபெரும் ஒலிக்கலவையுடன் துவங்கிற்று. தியேட்டரின் ஒலி அமைப்பு மிக நவீனமாக இருந்ததால் பிசிறில்லாமல் ஒலி தன் பிரம்மாண்டத்தை அரங்கு முழுவதும் நிரப்பியது மிக திருப்தியாக இருந்தது ஜகன்நாதனுக்கு.

ஹீரோ முதல் காட்சியில் தோன்றும்போதே கண்ணாடிக் கதவை உடைத்துக் கொண்டுதான் ரசிகர் முன் தோன்றுவார். அவரது கைப் பட்டதும் சில்லு சில்லாக பெயர்ந்து விழும் துண்டுகளின் ஓசையை ‘ஜாக்’கினால் தன் காலருகே உணர முடிந்தது. தியேட்டரில் எழும்பிய கைதட்டல் ஒலி ஹீரோவுக்குத்தான் என்றாலும் தனக்கான கைதட்டல் அதனுள் ஒளிந்திருப்பதாக சந்தோஷப்பட்டான். அருகில் இருந்த அப்பாவின் தோளைத்தட்டி அந்தக்காட்சியை அவருக்கு உணர்த்த முயன்றான். அறுநூறு படங்களுக்கு மேல் வேலை செய்தவர் இல்லையா? அவருக்குத் தெரியாதா ஒலியின் நிழல்? அவர் கண்களால் சிரித்துக்கொண்டிருந்தார்.

ஒவ்வொரு காட்சியிலும் ஜாக்கின் பங்கு ஏதோ ஒரு நுட்பமான துகளில் அணுவிலும் அணுவாகக் கலந்திருப்பதை அவன்

மட்டுமே முழுமையாக அடையாளம் கண்டிருப்பான். எப்பொழுதாவது கேட்கும் அவனது அப்பா வைரத்தின் காதுகள் இப்பொழுது கேட்கக்கூடாதா என ஏங்கிற்று மனது.

இடைவேளைக்கு முன்னதாகவே அந்த நெருப்புக் காட்சி வந்துவிடும். அந்தக்காட்சிக்காக சுற்றும் பூமியை ஒரு கணம் நிறுத்த முடிந்தால் எத்தனை நன்றாக இருக்கும் என நினைத்துக்கொண்டான். இருள் நிரம்பியிருந்த அரங்கில் ஆசுவாசமாக தன்னை அமர்ந்திருந்த நாற்காலியில் இருத்திக் கொண்டான். ஏசியின் விர் சத்தம் எல்லாவற்றையும் தாண்டி அவன் செவிகளை வந்தடைந்தது. குளிரின் ஒலி என்று தனக்குள் சொல்லிக்கொண்டான்.

அவன் எதிர்பார்த்திருந்த அந்த நெருப்புக்காட்சி வர இருந்தது. வில்லனின் ஆட்கள் கைகளில் பந்தங்களோடு பள்ளிச் சுவரின் அருகே பதுங்கி பதுங்கி வந்து கொண்டிருந்தார்கள். பின்னணி இசை எதுவும் இல்லாமல் கம்மென்று நகர்ந்து கொண்டிருந்தது காட்சி. கல்லூரியில் படிக்கும் போது கமால் சார் “ஐ வான்ட் பின் ட்ராப் சைலன்ட் இன் மை கிளாஸ்” என்கிற குரல் ஏனோ இப்பொழுது நினைவுக்குள் வந்து போனது.

பந்தத்தைக் கூரையில் வைத்த உடனேயே “ஆ...” என்கிற பெண்குரல் சோக ராகம் பாட கூடவே ஒற்றை புல்லாங்குழல், அதன் பிறகு வயலின் என்று ஒவ்வொரு கருவியாக இணைய நெருப்பு தக தகவென எரிய அதன் தழல்கள் உயர அதற்கேற்றார் போல இசையும் உச்ச ஸ்தாயியை நோக்கி நகர்ந்தது. ஜாக் இணைத்திருந்த ஒலியின் சுவடே இல்லை. முற்றிலுமாக நீக்கி விட்டு ஐந்து நிமிடங்களுக்கு இசையால் ஆக்ரமித்திருந்தார் இமயவரம்பன். தனது தீம் இசையின் பிரவாகம் எப்படி விழுந்து தெறிக்கிறது என்பதை அறிய, முன் வரிசையில் இருந்த இமய வரம்பன் ஒருகணம் பெருமிதத்துடன் பின்பக்கம் திரும்பிப் பார்க்க, அரங்கிலிருந்த கூட்டம் கைத்தட்டல்களால் அவரது இசையை அங்கீகரித்தது. 'ஜாக்'கின் இதயம் திகு திகுவென தீப்பிடித்து எரியும் சத்தமும், அவனது மூன்று மணிநேர உழைப்பு கரிந்து காற்றில் அதன் சாம்பல், பறவையின் இறகு போல

பறக்கும் சத்தமும் அதிரும் இசை ஒலியில் யாருக்கும் கேட்கவே இல்லை. பசியோடு இருக்கும் குழந்தையின் கையில் இருந்த தின்பண்டடத்தை தட்டிப் பறித்து தன் கோர பற்களில் குருதி வழிய வழிய கடித்து தின்னும் குரூர பாவனையை இமய வரம்பனின் முகத்தில் பார்க்க முடிந்தது.

அப்பாவின் முகத்தை மிகுந்த தயக்கத்துடன் இருளை ஊடுருவி பார்க்க முயன்றான். அந்த இருட்டிலும் அவரது சலனமற்ற முகம் எவ்வித உணர்வுகளையும் பிரதிபலிக்காமல் அமைதியாக இருந்தது. பளிச்சென்று விளக்குகள் எரிந்து வெளிச்சம் அரங்கினை ஆக்கிரமித்து கொடிய மிருகம் போல இருளை விழுங்கி விட்டது. அரங்கில் இருந்த அத்தனை விளக்குகளும் இவனையே கேலியாகப் பார்ப்பது போலத் தோன்றியது.. அப்பாவை அழைத்துக்கொண்டு வெளியே வந்தான். மிகச்சரியாக எதிரே இயக்குனரும் இசை அமைப்பாளரும் எதையோ பேசியபடியே கதவருகே வந்தனர். அவர்களைப் பார்ப்பதைத் தவிர்த்துவிட்டு நடக்கத் தொடங்கினான்.

“வண்டியை எடுத்துட்டு வர்றேன் வீட்டுக்குப் போகலாம்பா” என்று சொல்லிவிட்டு விறு விறு என்று பார்க்கிங் நோக்கிச் சென்றான். வழியில் நின்றிருந்த ஹீரோயின், துணை நடிகர்கள், இளைஞர்கள் எவருமே அவன் கண்களுக்கு தெரியவில்லை. டைரக்டர் தன்னை நிச்சயம் பார்த்திருக்க வேண்டும். ஆனாலும் பார்க்காதது போல சென்றதற்கு அந்தத் தீப்பிடிக்கும் காட்சியில் கருகிப்போன தனது ஒலியைப் பற்றி எதுவும் சொல்ல வேண்டி இருக்கும் எனத் தவிர்த்தது போலவே தோன்றியது. ஒருவேளை அழைப்பிதழ் வேண்டுமென்றே தவறவிடப்பட்டிருக்கலாம்.

வண்டியை எடுத்துக்கொண்டு அரங்கின் வெளியே தயாராய் நின்றுகொண்டிருந்த அப்பாவை ஏற்றிக்கொண்டு கிளம்பினான். அப்பாவுக்குக் கேட்டிருக்கலாம், கேட்காமலும் போயிருக்கலாம். இனி தன் படைப்பு எப்படி வந்திருக்கிறது என்று ஸ்டூடியோ தவிர வேறு எங்குமே பார்க்க வேண்டாம் என்று மூர்க்கமாக யோசித்தான்.

பைக்கின் தட தட சத்தத்தின் ஊடே 'ப்ளக்... ப்ளக்...' என்ற சப்தம் மெலிதாகக் கேட்டபடியே இருந்தது. போனமுறை மெக்கானிக்கிடம் பிரேக் சரிசெய்ய விட்ட பொழுது ட்ரையல் ரன்னுக்காக மெக்கானிக்கே ஓட்டி வந்த சமயம், இப்படி ப்ளக் ப்ளக் என்று சப்தம் வந்தால் ஆயில் சீல் போயிருக்க வாய்ப்பிருக்கிறது என்று சொன்ன ஞாபகம் வந்தது. நாளைக்கு செல்வத்திடம் வண்டியை விடவேண்டும் என நினைத்துக் கொண்டான். கூடவே இனி ஒலிச் சேர்க்கைக்காக வரும் படத்தில் ஏதாவது ஒரு கதாபாத்திரம் பைக்கின் ஆயில் சீல் போய்விட்டதாக வசனம் பேசினால் அந்தச் சப்தத்தை சரியாகப் பதிவு செய்யவேண்டும் என்பதற்காக பைக்கிலிருந்து வந்த அந்த ஒலியைக் கூர்ந்து கவனிக்கத் தொடங்கினான்.

ப்ளக்

ப்ளக்...

பலக்.. ம்ஹூம் ப்ளக்தான்

ப்ளக்.....

ப்ளக்...

(கலை இலக்கிய சிறுகதைப் போட்டி 2021ல்
சிறப்புப் பரிசு பெற்ற சிறுகதை)

3. புத்தரின் 'பேராசைப் பல்'

ஒன்பதாவது முறையாக தனது சட்டைப்பையில் இருந்த உறையைப் பிரித்து அதிலிருந்த கடிதத்தைப் படித்தார் தவராசா. அதே வரிகள், அதே விடயங்கள்தான் இருப்பினும் ஏதேனும் பிழையாக தகவல் தந்தால் பாதுகாப்பு அரணைத் தாண்டி உள்ளேயும் செல்ல முடியாது வெளியேவும் செல்ல முடியாது. ஆகவே நிதானமாக, கவனமாக கேட்கிற கேள்விகளுக்கு மட்டும் பதில் அளிக்க வேண்டும் என்று படித்து படித்துச் சொல்லி அனுப்பி இருந்தார் சிவாகரன் சபேசன். அவர்தான் தற்சமயம் வடமராட்சி தமிழ்ச் சங்கத்தின் செயலாளர். பத்து நாட்களுக்கு முன்பாகவே தலைமகனைச் சந்திக்க மூன்று நபர்களுக்கான அனுமதிச் சீட்டுக்குத்தான் விண்ணப்பித்திருந்தார்கள். ஆனால் பாதுகாப்பு காரணம் கருதி ஒருவருக்கு மட்டுமே அனுமதி என மறுத்துவிட்டார்கள். ஆகையினால் தவராசா மட்டுமே வந்திருந்தார்.

தலைமகனின் அரசு இல்லம் அரண்மனை போல பிரம்மாண்டமாக இருந்தது. அச்சமூட்டும் வகையில் ஆயுதமேந்திய பாதுகாவலர்களின் நடமாட்டம். சுழல் விளக்குகள் பொருத்திய எண்ணற்ற வாகனங்கள்... இல்லத்தின்

முகப்பிலேயே செயலர்களின் அலுவலகம். முதலில் அவர்களது நூற்றெட்டு நடைமுறைச் சோதனைகளை, கேள்விகளைத் தாண்டித்தான் உள்ளே நுழைய முடியும். அந்தக் காலத்தில் கோட்டைகளைச் சுற்றி அகழி வெட்டி அதில் முதலைகளைச் சுற்றச் செய்வார்கள் என்று படித்த நினைவு தவராசாவுக்கு... இப்பொழுது முதலைகளுக்குப் பதிலாக பாதுகாப்பு வளையம்.

அரசின் உயர்பதவிகளில் இருப்பவர்களோடு சிவாகரனுக்கு நல்ல தொடர்பு உண்டு. ஆகையினால் அவர் கையொப்பமிட்ட கடிதத்துக்கு எப்பொழுதும் நல்ல மரியாதை இருக்கும். வரவேற்பு மேசையை நெருங்கி தன்னிடமிருந்த கடிதங்களை அங்கிருந்த அலுவலரிடம் நீட்டினார். ஒன்று தமிழிலும் மற்றது அதன் மொழி பெயர்ப்பாக சிங்களத்திலும் இருந்தது. தமிழ்க் கடிதத்தை அவரிடம் திருப்பிக் கொடுத்துவிட்டு சிங்களப் பிரதியை தன் வசம் வைத்துக் கொண்டார் அந்த அலுவலர். பின்னர் "தங்களுடைய பெயர்?" என சிங்களத்தில் கேள்வி கேட்டார்.

"நான் தவராசா சம்மந்தம். வடமராட்சியில் இருந்து வருகிறேன். தயவு செய்து தமிழில் கேள்வி கேட்க இயலுமா? எனக்கு சிங்களம் அவ்வளவாக பேச வராது" எதிரில் இருந்தவர் பதில் எதுவும் சொல்லாமல் தன் இருக்கையில் இருந்து எழுந்து உதடுகளுக்குள் கோபமாக ஏதோ முணுமுணுத்தபடி நகர்ந்து "முகுந்தன்... நீங்கள் இவரைக் கவனியுங்கள்" என்று சிங்களத்தில் கூறிவிட்டு மற்றொருவரை அங்கு அமரவைத்தார். புதிதாக இருக்கைக்கு வந்தவர் தமிழராக இருந்தது ஒரு விதத்தில் இறுக்கத்தைத் தளர்த்தியது. "நீங்கள் இப்போ என்னிடம் கதைக்கலாம்.. நீங்கள் வடமராட்சி தமிழ்ச் சங்கத்தின் பொறுப்பாளர்களில் ஒருவரா?" என்று கேட்டார் முகுந்தன் எனப்பட்டவர்.

"ஓம்... சங்கத்தின் தலைவராக செயலாற்றிக் கொண்டிருக்கிறேன்"

"நீங்கள் தலைமகனை சந்திக்க விரும்பும் காரணம் எதுவென்று சொல்வீரா?"

“தமிழ்ச் சங்கத்தின் பொன்விழா மற்றும் வரவிருக்கும் பாரதிதாசன் பிறந்த நாளைக் கருத்தில்கொண்டு தலைமகனிடம் சில நிமிடங்கள் பேச வேண்டும்.”

“நல்லது.” ஒரு அச்சிட்ட தாளை அவரிடம் நீட்டிய முகுந்தன் “இதில் கேட்கப்பட்டுள்ள தகவல்களை நிரப்பி அதனுடன் உங்கள் அடையாள ஆவணங்கள் அனைத்தையும் இணைத்து என்னிடம் திருப்பித் தாருங்கள். அதன் பிறகு பாதுகாப்புச் சோதனைகள் முடிவதற்கு அரை மணித்தியாலங்கள் எடுத்துக்கொள்ளும். அது முடிந்த பிறகு காத்திருத்தல் அறையில் பதினெட்டாம் இலக்கமிட்ட கதிரையில் அமர்ந்திருங்கள். அதற்கு முன்பாக உங்கள் உணவுத் தேவைகளை முடித்து விட வேண்டும். காத்திருத்தல் அறைக்குள் அமர வைக்கப்பட்டால் பின் வெளியே செல்ல அனுமதிக்க மாட்டோம். உங்களது பெயர் அழைக்கப்படும் வரை நீங்கள் கழிவறை தவிர வேறு எங்கும் செல்ல அனுமதி இல்லை. மீண்டும் மீண்டும் இங்கு வந்து எப்பொழுது அழைப்பார்கள் என்று விசாரணை செய்யக் கூடாது...”

“நன்றி” என்று சொல்லிவிட்டு நிரப்புவதற்காக ஒதுக்கப்பட்ட மேசைக்குச் சென்று காகிதத்தில் கேட்கப்பட்ட கேள்விகளுக்கு பதில் எழுதத் தொடங்கினார். கைகள் தன்னிச்சையாக எழுதினாலும் மனம் வெவ்வேறு திசைகளில் அலைபாயத் தொடங்கியது. நாடு மிக நெருக்கடியான பொருளாதாரச் சூழலில் சிக்கித் தவிக்கிறது. நாட்டின் மிக உயரிய பதவிகளில் அம்பாந்தோட்டை குடும்பத்தின் அண்ணன் தம்பிகள் அறுவர் அமர்ந்திருக்கின்றனர். மூத்தவரை தலைமகன் என்றுதான் தமிழர்கள் அனைவரும் அழைக்கின்றனர். இரண்டாமவர் இளையோன், மூன்றாமவரை நடுவன் என்பதுதான் தமிழ் மக்களிடையே புழக்கமான பெயர்களாக இருந்தன. கொஞ்சம் துடிப்பான அதேசமயம் சற்று கரடுமுரடான ஐந்தாம் சகோதரரை ஐந்தான் என அழைப்பார்கள். அவர் மட்டும்தான் அம்பாந்தோட்டையில் உள்ள அவர்களது பூர்வீக வீட்டில் இருக்கிறார். மற்ற அனைவரும் கொழும்புவில்தான்

இருக்கிறார்கள். உண்மையில் அந்தக் குடும்பத்தினரின் சிங்களப் பெயர்கள் எல்லோருக்கும் மறந்துவிட்டன. காரணப்பெயர்களே நிலைத்துவிட்டன.

அனுதினமும் உருவாகும் புதிய புதிய பிரச்சினைகளால் குழப்பங்களும் கொந்தளிப்புகளும் மாறி மாறி எல்லோரையும் உலுக்கிக் கொண்டிருந்தன. இந்தச் சூழலில் முக்கிய பதவிகளில் இருப்பவர்களைச் சந்திப்பது அத்தனை எளிதல்ல. ஆனால் சிவாகரனின் செல்வாக்கு எதையும் சாதிக்க வல்லது. நிரப்பப்பட்ட தாளினை மீண்டும் முகுந்தனிடம் தந்தார். அவர் சரி பார்த்துவிட்டு பாதுகாப்பு பரிசோதனை அறைக்கு அனுப்பினார். அதற்குப் பிறகு அவருக்கு ஒதுக்கப்பட்ட பதினெட்டாம் எண் நாற்காலியில் அமர்ந்துகொண்டார்.

அம்பாந்தோட்டை இல்லத்துக்கு தலைமகனோ அல்லது இளையோனோ வருகிறார்கள் என்றால் ஊர் கொண்டாட்டங்களாலும் மக்கள் கூட்டத்தாலும் அல்லோகலப்படும். சிங்கள மக்கள் நிரம்பிய அந்த நகரம் அந்த ஒரு நாள் நெரிசலில் மூச்சுத் திணறி தவித்துப் போகும். அவர்களது வாகனங்கள் அரை மைல் தூரத்தைக் கடக்க சில சமயம் ஒரு மணி நேரமாகிவிடும். கடந்த சில நாட்களாக அம்பாந்தோட்டை தெருக்களில் மக்கள் கூடி அந்தக் குடும்பத்திற்கு எதிராக முழக்கமிட்டும் ஆவேசமாக கூச்சலிட்டும் தன்னிச்சையான போராட்டங்களை நடத்துவதையும் பற்றி கேள்விப்பட்டபொழுது தவராசா ஆச்சர்யப்பட்டுத்தான் போனார். மிகப்பெரிய ஆசிய நாட்டின் காலடியில் ஒழுங்கற்ற வடிவத்தில் மிதக்கும் இலங்கையைக் காலம்தான் எப்படி எல்லாம் உருட்டுகிறது..

கடிகாரத்தின் முட்கள் இத்தனை மெதுவாகத்தான் நகரும் என்பதைக் காத்திருக்கும் அறை ஒன்றில்தான் நாம் அறிந்துகொள்ள முடியும். நேரம்தான் நகர்ந்ததே தவிர இவர் பெயர் அழைக்கப்படவேயில்லை. அடிக்கடி சிறுநீர் கழிப்பது போல எல்லோரும் சிறு நடை பழகினார்கள். துப்பாக்கிகளுடன் எல்லா வாயில்களிலும் நின்ற பாதுகாவலர்கள் எல்லோர்

மீதும் சிறைச்சாலையின் கண்காணிப்பு கோபுர விளக்குகள் போல சுழன்று சுழன்று தங்கள் சந்தேகப் பார்வையை வீசினர். சுதந்திரத்தின் அருமையை அடைபட்ட அறைக்குள்தான் உணரமுடியும். தவராசா அமர்ந்திருந்த நாற்காலி, அறையின் சுவரோரம் குளிர் சாதனப்பெட்டியின் அருகில் இருந்ததால் அவர் தண்ணீர் அருந்தக் கூட அதிகம் நடக்க வேண்டிய அவசியம் இல்லை. ஆகவே நாற்காலிச் சிறையிலேயே நேரத்தைக் கழிக்க வேண்டியிருந்தது.

அப்பொழுது அந்த அறைக்குள் அரக்கு வண்ண நீண்ட அங்கி அணிந்த துறவி ஒருவர் மழுங்கடித்த தலையுடனும், வட்ட வடிவ கண்ணாடி மற்றும் அழகான புன்னகையுடனும் தவராசாவின் அருகில் வந்து அமர்ந்தார். ஒரு புத்த பிட்சுவைப் போல தோற்றமளித்தார். தன்னையும் அறியாமல் தவராசா அவரை வணங்கினார். ஏற்கும் வகையில் அவர் புன்னகையுடன் மெல்ல தலையசைத்தார். மற்ற யாரும் அவரைக் கண்டுகொள்ளவே இல்லை என்பது தவராசாவுக்கு ஆச்சர்யத்தை அளித்தது.

அம்பாந்தோட்டை இல்லம் ஒவ்வொரு அங்குலத்திலும் பணம் வாரி இறைக்கப்பட்டு ஆடம்பரமான சீமாட்டி போல அதீத வனப்புடன் காட்சி அளித்தது. நான்கு சக்கர வாகனங்கள் ஆறு அடுக்கு மாளிகையின் ஆறாவது மாடி வரை செல்லுமளவு சாய்வுச் சாலைகள் அமைக்கப்பட்டிருந்தன. வீட்டின் முன்புறம் ஏக்கர் கணக்கில் விரிந்த பூந்தோட்டம். அதன் நடுவே ஒய்யாரமாய் நடனமாடும் நீரூற்றுகள்... அதைத் தாண்டி நீல வண்ணத்தில் நெளியும் நீர் நிரம்பிய நீச்சல் குளம் ஆளுயர நாய்கள் ஐம்பதுக்கும் குறையாத வேலையாட்கள். இதுவல்லாமல் ஒவ்வொரு மாடியிலும் தனித்தனியே நீச்சல் குளங்களும், சிறு திரை அரங்குகளும் இருப்பதாக பேசிக்கொள்கிறார்கள். ஐந்தான் தற்சமயம் கீழ் வீட்டில்தான் வசித்து வருகிறான். அம்பாந்தோட்டை துறைமுகத்தில் அவனுக்கு இரண்டு கப்பல்கள் ஓடிக்கொண்டிருக்கின்றன. இவையல்லாமல் பல தொழில் முதலீடுகள் எல்லாவற்றையும் தன் இரும்புக்கரங்களின் வழியாகத் திறமையாக நிர்வகித்துக்கொண்டிருக்கிறான்.

அவனால் குரு என்று அழைக்கப்படும் துறவி ஒருவர் அவனை பார்ப்பதற்காக வரவேற்பறையில் காத்துக்கொண்டிருந்தார். பார்ப்பதற்கு ஒரு பௌத்த துறவிபோல காட்சியளித்தாலும் அவர் பௌத்த துறவி இல்லை என்பதற்கான அடையாளங்கள் அவர் செயல்பாட்டில் தெரிந்தன. சிறிது நேர தாமதத்துக்குப்பின் அந்த அறைக்குள் நுழைந்த ஐந்தான் அவரை வணங்கியபடியே அவர் எதிரில் அமர்ந்தான்.

"வணங்குகிறேன் குருநாதா என்ன திடீர் என்று சொல்லாமல் கொள்ளாமல்..?" என்று அவரைப் பணிவுடன் வணங்கியபின் சிங்கள மொழியில் நலம் விசாரித்தான்.

"உனக்கு எதையாவது நினைவூட்ட வேண்டும் என்று தோன்றினால் நேரம் காலம் பார்ப்பதில்லை உடனே கிளம்பி இங்கு வந்துவிடுகிறேன்"

"நீங்கள் இல்லாமல், உங்கள் நினைவூட்டல் எதுவும் இல்லாமல் அதாவது உங்களுக்கு வீண் பணிச்சுமை இல்லாமல் எல்லாமே நன்றாகத்தானே போய்க் கொண்டிருக்கிறது."

"நீ இன்னும் உன் காலடியில் அமர்ந்து பணிசெய்து கொண்டிருக்கும் ஏவலாட்கள் சொல்வதையே நம்பிக் கொண்டு இருக்கிறாய் உனக்கு வெளியே ஒரு உலகம் இருக்கிறது அங்கு நீ நினைப்பது போல பலவும் நடப்பதில்லை."

"நேரடியாக விஷயத்துக்கு வாருங்கள் குருநாதரே."

"அம்பாந்தோட்டை துறைமுகத்தை சீனர்களுக்குப் பல வருடங்கள் குத்தகைக்கு விட புதிய ஒப்பந்தத்தில் கையெழுத்திட்டதாக பேசிக்கொள்கிறார்கள். உண்மையா?"

"சீனர்கள் முற்றிலும் புதிய நவீன துறைமுகத்தை நமக்குத் தர இருக்கிறார்கள் நாடு வளர்ச்சிப் பாதையில் சென்றுகொண்டு இருக்கிறது."

"ஒவ்வொரு பொருளின் விலையும் விண்ணைத்தொடும் அளவு உயர்ந்துகொண்டிருப்பது வளர்ச்சிப் பாதையா? மக்கள் உங்கள்

மீது மிகுந்த கோபத்தில் இருக்கிறார்கள். இந்தச் சமயத்தில் துறைமுகத்தை மாற்று தேசத்தினர் கைகளில் ஒப்படைப்பது ஆபத்தானது. ஒவ்வொரு தேசத்திலும் அந்நியர் ஆதிக்கங்கள் துறைமுகங்கள் வழியாகத்தான் தொடங்குகின்றன என்கிற வரலாறு தெரியுமா உனக்கு?”

“அறிவியல் தொழில்நுட்ப வளர்ச்சிகளும் துறைமுகங்கள் வழியாகத்தான் வருகின்றன.”

“ஆக உன் கப்பல் தொழிலுக்கு இன்னும் பலமாக அடிபோடுகிறாய்.. நாடு எப்படியோ போகட்டும் என்கிற எண்ணம் உனக்கு.”

“நாடு எங்கும் போகாது அது எப்பவும் எங்கள் கைகளில்தான் இருக்கும்.. நீங்கள் அனாவசியமாக கவலைப்படுகிறீர்கள் குருவே”

“அம்பாந்தோட்டை ஒப்பந்தத்திற்கு உன்னுடைய கப்பல் தொழில் மட்டும் காரணமில்லை.. கூடுதலாகவும் ஒரு காரணம் இருக்கிறது என்று எனக்குத் தெரியும்.”

சற்றே மிரட்சியுடன் அவர் பக்கம் குனிந்து “என்ன தெரியும் உங்களுக்கு?”

“கம்போடியாவில் உடாங்க் நகரில் உள்ள மலைக்கோயிலில் இருக்கும் புத்தரின் பல் ஒன்றை எடுத்துத் தருவதற்காக அங்குள்ள குழு திருடர்களிடம் ஒரு தரகர் வழியாகப் பேசி முடித்திருக்கிறாய் என்று கேள்விப்பட்டேன். அவர்கள் சீனா வழியாக எளிதாக வர துறைமுகத்தை அதற்கேற்றாற்போல் நிர்வாக மாற்றம் செய்கிறாய்“

“புத்தரின் பூமிக்கு புத்தரின் புனிதப்பல் வரவேண்டும் அதுதானே நியாயம். 195 ஆம் வருடம் இலங்கையில் இருந்துதான் அது எடுத்துச் செல்லப்பட்டது புத்தரின் புனிதப்பல் எங்கிருக்கிறதோ அந்த தேசம் செழித்து வளரும். நம்முடைய நாட்டுக்காக இதைச் செய்கிறேன்.”

"அப்படியானால் இங்கே கண்டி தலதா மாளிகையில் இருப்பது புத்தரின் பல் இல்லை என்று நீ ஒப்புக்கொள்கிறாயா? எனக்கும் அந்த சந்தேகம் இருந்தது. மூன்று அங்குல நீளத்தில் கிட்டத்தட்ட ஒரு சுண்டு விரல் அளவுக்கு மனிதப்பல் எப்படி இருக்க முடியும்? அரை அங்குல அளவில் பல் இருக்கும் மனிதன் ஆறடி இருக்கிறான். அப்படி என்றால் மூன்று அங்குல நீளமுள்ள பல் இருந்த புத்தர் பதினெட்டு அடி இருந்தாரா?"

"மதத்துரோகியே... உன்னை என் குரு என்று சொல்லவே கூச்சமாக இருக்கிறது. புத்தரின் புனிதத்தின் மீதே நீ கேள்வி கேட்பாயா?" கோபத்துடன் மரியாதையின்றிக் கத்தினான் ஐந்தான்.

"கேள்வி கேட்பவன் எல்லாம் துரோகிதானே... நீ எதற்காக புத்தரின் பல்லை இங்கு கொண்டு வருகிறாய் என்று எனக்கு நன்றாகத் தெரியும். புத்தரின் பல் எங்கு யாரால் பாதுகாக்கப்படுகிறதோ அவரது கையில் அந்த பூமி முழுவதும் வந்துவிடும் என்கிற முட்டாள்தனமான நம்பிக்கை உனக்கு."

"புனிதப்பல்லின் மகத்துவம் தெரியாமல் பேசுகிறீர்கள்... புத்தர் இவ்வுலகைவிட்டு நீங்கிய பிறகு அவரது சிஷ்யை கெமா பத்திரமாக பாதுகாத்து வைத்திருந்த புனிதப்பல் அது. இலங்கையில்தான் அது இருக்க வேண்டும் என்று கலிங்க மன்னன் குகசிவா இளவரசி ஹேமமாலியிடம் ஒப்படைத்தார். யாருக்கும் தெரியாமல் ஹேமமாலி தன் கூந்தலில் மறைத்து எடுத்து வந்து மன்னன் மேக வண்ணனிடம் கொடுத்தார். அப்படி பத்திரமாக எடுத்துவரப்பட்ட புனிதப்பல் இங்கு வந்தபிறகுதான் இலங்கை செழித்தது. நம் சிங்களவர் கையில் முழுமையாக ஆட்சி வந்தது. நம் நம்பிக்கைகளை இழிவு செய்யும் உரிமை உமக்கு இல்லை."

"சரி அப்படியானால் புத்தரின் சீடர் எடுத்து வைத்திருந்தது எத்தனை பல்?"

"அதெல்லாம் வரலாறு... காலப்போக்கில்தான் ஆய்வு செய்து உண்மை தெரிய வரும். அதுவரை அறுதியிட்டுச் சொல்ல முடியாது."

“முதலில் ஒரே ஒரு பல்தான் இருக்கிறது அதுதான் கண்டியில் உள்ள புனிதப்பல் என்றீர்கள் இப்பொழுது சீனா, கம்போடியா, சிங்கப்பூர், ஜப்பான் என்று தேசத்துக்கு ஒரு பல் இருப்பதாக சொல்கிறார்கள்”

“இருக்கட்டுமே... மனிதர்களுக்கு முப்பத்திரெண்டு பற்கள். புத்தர் ஒரு ஞானி என்பதால் முப்பத்திரெண்டு பற்கள் இருக்காதா என்ன?” கேலியாக சிரித்தான்.

“புத்தர் ஞானி என்றால் புத்தரிடமிருந்து ஞானத்தைப் பெற முயற்சிப்பதுதான் உண்மையான பக்தி. அழியக்கூடிய உடல் உறுப்புக்களை எடுத்து வைத்துக் கொண்டு அதன் மீது புனிதத்தை ஏற்றி உங்கள் பேராசைகளை எல்லாம் அதன் வழியே கிடைக்கும் என்று ஏமாற்றுவது அறிவீனம். புனிதப்பல் என்று நீங்கள் சொல்லி வைத்திருக்கும் தலதா மாளிகை முழுவதும் மக்களின் பேராசைகள் நிரம்பி வழிகின்றன. அது புத்தரின் பல் அல்ல உங்கள் பேராசைகளின் பல் நீயும் இந்த நாட்டைப் பிடிக்கும் பேராசையினால் இன்னொரு பல்லை தருவிக்க முயல்கிறாய்”

“இப்பவும் நாடு எங்கள் கையில்தானே இருக்கிறது?”

“உன் கையில் இருப்பதற்கும் உங்கள் கையில் இருப்பதற்கும் பெரிய வித்தியாசம் இருக்கிறது.”

மமதையில் சிரித்தான் ஐந்தான் “நீங்கள் என் குருதான் என்று இப்பொழுது ஒப்புக்கொள்கிறேன். சரியாகக் கண்டுபிடித்து விட்டீர்கள். அதிகாரம் என் கைக்கு வருவதும் இந்த நாடு செழிப்பாக மாறப்போவதும் ஒன்றுதானே?”

“இந்த விஷயம் உன் மூத்த சகோதரர்களுக்குத் தெரிந்துவிட்டால்?”

“பதவியும் உயிரும் முந்துகிறவர்களுக்குத்தான் நிலைக்கும். எனக்கு எல்லாம் நிலைக்க ஆசீர்வதியுங்கள் குருநாதா.” தலையைக் குனிந்து அவரை வணங்கிய அவனது முகத்தில் மர்மப்புன்னகை ஒன்று குரூர நடனமாடியது.

அமர்ந்த இடத்தில் இருந்து எழுந்த துறவி "விதைப்பதே முளைக்கட்டும்" என்று அவன் தலையில் கைவைத்துக் கூறிவிட்டு அங்கிருந்து கிளம்பினார்.

"எங்கே செல்கிறீர்கள்?"

"தலைநகருக்குத்தான்... உன் அண்ணன்களைச் சந்தித்து சிலவற்றை அறிவுறுத்த வேண்டி இருக்கிறது."

"மௌனமே தியானம்" குறும்பாக எச்சரித்தான் ஐந்தான்.

"மரணமும் மௌனம்தான் ஆனால் அது தியானமாகாது" புன்னகையுடன் சொல்லிவிட்டு நடக்க ஆரம்பித்தார் துறவி. வழி எங்கும் மக்கள் அணி அணியாகக் கூடி கூச்சல் எழுப்பிக் கொண்டிருந்தனர் அவர்களை முன்னேற விடாமல் தடுக்க காவல் துறை போராடிக்கொண்டிருந்தது.

தலைமகனின் அரசு இல்லம். தலைமகனின் தனியறை.

"நாட்டின் பொருளாதார சரிவு உனக்கு கவலையை அதிகப்படுத்தி இருக்கிறதா?" தலைமகன் மீதான அக்கறையுடன் கேட்டான் இளையோன்.

"ப்ச்... அதற்கென்ன? ஏதாவது ஒரு நாட்டிடம் கடன் வாங்கினால் போயிற்று... என் கவலை அதுவல்ல" என்றான் தலைமகன்

"நமக்கு எதிராக மக்கள் போராட்டம் வலுத்துவிட்டதே என்கிற வருத்தமா?"

"நம் கையில்தான் இராணுவம் இருக்கிறது. காவல் துறை இருக்கிறது. சட்டங்கள் இருக்கின்றன ஏன் நீதி மன்றங்கள் கூட இருக்கின்றன... நாம் சந்திக்காத போராட்டமா?"

"பிறகு என்னதான் கவலை?"

"அம்பாந்தோட்டையில் நமக்கு எதிராக ஒரு சதித்திட்டம் ரகசியமாக அரங்கேறிக்கொண்டு இருக்கிறது என்று உளவுப்படையினர் தகவல் அனுப்பி இருக்கிறார்கள்."

“அம்பாந்தோட்டை நம்முடைய கோட்டை அங்கே நமக்கு எதிராகவா? அங்கே யார் இருக்கிறார்கள் என்பது மறந்துவிட்டதா?”

“சதி செய்வதே நம் ரத்தபந்தம்தான்.”

“என்னது” அதிர்ச்சியில் தன்னையறியாமல் எழுந்தேவிட்டான் இளையோன்.

“நம்பகமான தகவலா?”

“உறுதி செய்யப்பட்ட தகவலும் கூட... உன் தம்பிக்கு கொழும்பு கோட்டையின் மேல் ஆசை வந்துவிட்டது.”

“தவறான ஆசை... தகவல் உண்மையெனில்... அடுத்து என்ன செய்யப் போகிறாய்? ஏற்கனவே அம்பாந்தோட்டையில் நமக்கு எதிராக கலவரங்கள் போராட்டங்கள் நடக்கின்றன... இதில் இவன் வேறா..?”

“கலவரங்களை நமக்கு சாதகமாக ஆக்குவது நமக்கு கை வந்த கலை ஆயிற்றே.”

“புரியவில்லையே?”

“அங்குள்ள மக்கள் நம் மீதுதான் மிகுந்த கோபமாக இருக்கிறார்கள் என்று தகவல்கள் வருகின்றன, இப்போதைக்கு அது போதும் கலவரக் கூட்டத்தில் நம் ஆட்களைக் கலந்து விடச் சொல்லி இருக்கிறேன். கலவரத்திற்கு பயந்து நானும் நீயும் அம்பாந்தோட்டை வீட்டில் பதுங்கி இருப்பதாக புரளி கிளப்பச் சொல்லி இருக்கிறேன். கூட்டம் அம்பாந்தோட்டை வீட்டுக்கு திரண்டு செல்லும்படி வெறி ஏற்றுங்கள் என்றும் சொல்லி இருக்கிறேன். கும்பலின் ஆவேசத்துக்கு நடுவே கல்லால் அடித்து நம் சகோதரனைக் கொன்றுவிட ஆணையிட்டு இருக்கிறேன். அப்போதுதான் கூட்டத்தின் வன்முறை என்று கணக்கு எழுத முடியும்.” கழுத்துத் துண்டை அப்படியும் இப்படியுமாக இழுத்தபடி கோரைப் பற்கள் தெரிய சிரித்தான் தலைமகன்.

"அருமையான ஏற்பாடு... எப்படி அதற்குள் கச்சிதமாக இப்படி திட்டமிட்டீர்கள்?"

"சொன்னால் நம்ப மாட்டாய். நேற்று இரவே அவனுக்கு கண்ணீர் மல்க இரங்கல் அறிக்கை ஒன்றையும் தயார் செய்துவிட்டேன். கணினியில் பத்திரமாக இருக்கிறது" என்று சொல்லிவிட்டு எதிரில் இருந்த கணினித் திரையை எதேச்சையாக பார்த்துவிட்டு அதிர்ச்சி அடைந்தான்.

"இந்த ஆளை யார் உள்ளே விட்டது? உடனே அந்த ஆளை சுட்டுத் தள்ளுங்கள்..." கைதட்டி, துப்பாக்கி ஏந்திய காவலர்களை அழைத்தான்.

இளையோன் திடுக்கிட்டு அந்தத் திரையைப் பார்த்தான். அதனுடன் இணைக்கப்பட்டிருந்த கண்காணிப்பு ஒளிப்படக் கருவி வரவேற்பு அறையில் துறவி அமர்ந்திருப்பதைத் துல்லியமாகக் காட்டியது. "இவனா... இந்த முறை இவனை விடக்கூடாது.. பத்தொன்பதாம் இருக்கையில் அமர்ந்திருப்பவனை சுட்டுத் தள்ளுங்கள் எந்த கேள்விக்கும் இடமில்லை" என்று கத்தினான்.

காவலர்கள் அவசரமாக வரவேற்பறைக்கு வந்து பத்தொன்பதாம் இருக்கையை நோக்கி தங்கள் துப்பாக்கிகளை நீட்டினர். வரவேற்பறையில் சட்டென ஒரு சலசலப்பு ஏற்பட்டது. அமர்ந்திருந்தவர்கள் காவலர்களை பீதியுடன் பார்த்தனர்.

முதல் காவலன் குழப்பத்துடன் இரண்டாமவனிடம் "பத்தொன்பதாம் இருக்கையில் ஒருவரும் இல்லையே... வெற்றிடமாக இருக்கிறதே" என்று கேட்டான்

அவனது காதில் பொருத்தப்பட்ட ரகசிய ஒலிவாங்கியில் "யோசிக்காதீர்கள் சுடுங்கள்" என்கிற உத்தரவு வந்தது.

"வெற்றிடமாக இருக்கிறதே?"

"எங்கள் கண்களுக்குத் தெரிகிறது வெற்றிட இருக்கையை நோக்கிச் சுடுங்கள்."

ஒலிவாங்கியை எடுத்துவிட்டு “வெற்றிடத்தை நோக்கிச் சுடச் சொல்கிறார்கள். பைத்தியக்காரத்தனமாக இருக்கிறதே...” என்றான் இரண்டாமவன்.

“பைத்தியக்காரத்தனமாக இருக்கிறதா?.. அப்படியானால் நம்முடைய அரசின் ஆணைதான். தயங்காமல் சுடு” சொல்லிவிட்டு பத்தொன்பதாம் இருக்கையைப் பார்த்து சுட்டான் முதலாமவன்.

படபடவென்று சுட்டதில் அதிர்ந்துபோன பார்வையாளர்கள் தெறித்து வெளியே ஓடினார்கள். தவராசா சுவருக்கு அருகில் அமர்ந்திருந்ததால் துறவியைத் தாண்டி வெளியே வருவது சாத்தியமில்லை. ஆகவே சட்டென சுவரோரம் இருந்த குளிர் சாதனப் பெட்டிக்குப் பின்னால் சென்று மறைந்துகொண்டார்.

துறவியின் மீது குண்டுபட்டு நாற்காலியில் அப்படியே சரிந்தார். நெஞ்சில் ஒரே ஒரு இடத்தில் மட்டும் இரத்தம் பீச்சிக்கொண்டு வெளியே வந்தது. துறவி ஒரு கையால் அதை அழுத்திப் பிடித்துக் கொண்டார். துப்பாக்கி முழங்குவது நின்றது. காவலர்கள் உள்ளே சென்றனர். தவராசா மெல்ல குளிர்சாதனப் பேட்டியின் பின்புறத்தில் இருந்து வெளியே வந்தார்.

துறவியின் அருகில் சென்று “அடடா இரத்தம் கொட்டுகிறதே இருங்கள்” தன் திறன்பேசியை எடுத்து மருத்துவமனைக்குத் தொடர்புகொள்ள முயற்சித்தார் தவராசா.

“வேண்டாம் முயற்சி செய்யாதீர்கள். அரசின் உச்சபட்ச பதவியில் இருப்பவர்கள் கொல்ல முயற்சி செய்தால் வைத்தியம் செய்ய எவரும் முன்வர மாட்டார்கள். என்னுடைய மரணம் தவிர்க்க முடியாதது” என்று தெளிவான தமிழில் தடங்காமல் பேசினார் துறவி.

ஆச்சர்யப்பட இது சரியான தருணம் இல்லை ஆகவே தவராசா தன் மருத்துவ நண்பனுக்கு முயற்சி செய்தார்.

"நேரத்தை விரயம் செய்யாதீர்கள். அவர்களை மீறி யாரும் உள்ளே வர முடியாது. உங்கள் கண்களுக்கு நான் தெரிகிறேன் என்பதே நீங்கள் அறம் சார்ந்து வாழ்கிறீர்கள் என்று சொல்கிறது. நான் உங்களிடம் பேச வேண்டும்"

தவராசா குழப்பத்துடன் அவரைப்பார்த்து "நீங்கள் சொல்வது எனக்குப் புரியவில்லை..." என்றார்.

"அது போகட்டும் நீங்கள் எதற்காக இங்கு வந்திருக்கிறீர்கள்?"

"அய்யா நிதானமாகக் கதைக்க இது நேரமில்லை தாமதித்தால் உயிருக்கே ஆபத்தாக முடியும்."

"சாதலும் புதுவது அன்றே.." என்றார் துறவி புன்னகையுடன்

"அய்யா இது எங்கள் புறநானூற்று பாடலாயிற்றே நான் வந்ததே இதற்காகத்தானே! எங்கள் சங்கத்தின் பொன்விழாவை ஒட்டி நீங்கள் இப்பொழுது சொன்னீர்களே அந்தப் பாடலில் வரும் 'யாதும் ஊரே யாவரும் கேளிர்' என்கிற முதல் வரியை நமது நாட்டு பாராளுமன்றத்தின் முகப்பில் பொறிக்க வேண்டும் என்கிற ஒரே கோரிக்கையுடன் இங்கே வந்திருக்கிறேன்."

அப்பொழுது அந்த அறையில் இருந்த தொலைக்காட்சிச் செய்தியில் அம்பாந்தோட்டை இல்லத்தில் நடந்த கலவரத்தில் ஐந்தான் கல்லெறியப்பட்டு கொல்லப்பட்டார் என்கிற செய்தி பதட்டத்துடன் வாசிக்கப்பட்டது

"இந்த களேபரத்தில் இனி நீங்கள் யாரையும் சந்திக்க வாய்ப்பில்லை. எதிர்வரும் காலத்தில் மனசாட்சி உயிர்ப்புடன் உள்ள அதிபரைச் சந்தித்தால் இன்னொரு கோரிக்கையையும் சேர்த்துக்கொள்ளுங்கள் அதிபரின் அரசு இல்லத்தின் முகப்பில் பாடலின் இரண்டாவது வரியைப் பொறிக்கச் சொல்லுங்கள்.. 'தீதும் நன்றும் பிறர் தர வாரா' ஒருவேளை யாருக்காவது அது உறைக்கலாம்."

"அய்யா உங்கள் உடல்நிலை மிகவும் மோசமாகிறது. இரத்தம் கொட்டிக்கொண்டே இருக்கிறது"

துறவி தனது வலது கையால் இரத்தம் வரும் இடத்தில் வைத்து அழுத்த சட்டெனை ரத்தம் நின்றுபோனது

“ஆஹா... இது என்ன ஆச்சர்யம்... நீங்கள் ஒரு மகான்... எப்படி இது சாத்தியம்?”

“நான் மகானும் இல்லை; மண்ணாங்கட்டியும் இல்லை. உண்மையில் சொல்லப்போனால், நான் மனிதனே இல்லை. இப்படியான சித்துக்களை எல்லாம் நம்பி எவரையும் மகான் ஆக்காதீர்கள்.”

“என்னது மனிதனே இல்லையா” ஆச்சர்யத்தின் உச்சிக்குப் போனார் தவராசா

“ஆமாம் நான் அம்பாந்தோட்டை குடும்பத்தின் மனசாட்சி.. மரணம் எனக்கு புதிதில்லை. சாதலும் புதுவது அன்றே... ஒவ்வொரு முறையும் என்னைக் கொன்றுவிட்டுத்தான் பல அக்கிரமங்களை, கொலைகளை அவர்கள் செய்கிறார்கள்.. ஐந்தானை எச்சரித்துவிட்டுத்தான் இங்கு வந்தேன் அவன் என் அறிவுரைகளை கேட்கவே இல்லை இவர்களோ என்னைப் பேசவே அனுமதிக்கவில்லை. மனசாட்சியைப் பேசவிடாது செய்வதும் படுகொலைதான்

அம்பாந்தோட்டையில் இன்று கூடிய கூட்டம் கொழும்புவுக்கு வரும் நாள் தொலைவில் இல்லை.. நன்மையோ தீமையோ பிறர் தர வருவதில்லை என்பது எத்தனை மகத்தான வாக்கியம்..? கணியன் பூங்குன்றனார் காலத்தில் காகிதங்கள் இல்லை அச்சு இயந்திரங்கள் இல்லை ஆனால் அறம் சார்ந்த மனிதர்களின் நெஞ்சில் பொறித்து வைத்து விட்டார். அஃதால் உலகம் இன்னமும் உயிர்த்திருக்கிறது” அம்பாந்தோட்டை மனசாட்சியின் கண்கள் மூடின. ஆனால் அந்தப் புன்னகை அவரது முகத்தில் உறைந்திருந்தது. அப்படியே அந்த உருவம் மறைந்தது ஒரு மாயை போல இருந்தது.

புத்தர் மரணிக்கும்போது அருகிலிருந்து பார்த்தவர்கள் எத்தனை பேர் என்று தெரியாது. அவர்கள் என்ன உணர்ந்தார்கள்

என்றும் தெரியாது. ஆனால் ஞானத்தின் புன்னகை ஒன்று எவ்வித வலியும் ரணமும் இன்றி அவர் முகத்தில் ஓடியிருக்கக் கூடும். தவராசா புத்தரின் அருகில் இருந்த ஒருவரைப்போலவே தன்னையும் உணர்ந்தார். 'அவரவர் மனசாட்சியே அவரவருக்கு புத்தர்' என்ற வாசகம் தவராசாவின் உதடுகளில் ஓடியது.

(நன்னன் குடி சிறுகதைப் போட்டி
2022ல் ஐந்தாம் பரிசுப் பெற்ற சிறுகதை)

4. திண்ணை

(அரசு சார்பாக முதன் முதலாகத் தொடங்கப்பட்ட இலவச ஆங்கிலப் பள்ளி 1715 ஆம் ஆண்டு செயின்ட் ஜார்ஜ் கோட்டைக்குள் ஆரம்பிக்கப்பட்ட புனித மேரி தேவாலய தர்ம பள்ளிதான். அது தற்சமயம் பச்சையப்பன் கல்லூரி எதிரே இயங்குகிறது.. அதனடிப்படையில் இந்தச் சிறுகதை எழுதப்பட்டது.. எனவே இந்தக் கதை நடக்கும் காலம் 1715 எனக் கொள்ளலாம். திண்ணைப் பள்ளிகள் ஒழிக்கப்பட்டு எல்லோருக்கும் கல்வி என்கிற நிலையை அடைந்த காலகட்டம். படிக்காதவர்களும் கூட எத்தனை ஞானம் பெற்றவர்களாக விளங்கினார்கள் என்பதை அடிநாதமாகக் கொண்டு இந்தக் கதை எழுதப்பட்டது)

அந்தத் திண்ணை இடிக்கப்பட்டுக் கொண்டிருந்தது. ஒவ்வொரு கல்லும் பெயர்க்கப்பட்டு குருதி வழிய ஓரமாகக் குவித்து வைக்கப்பட்டிருந்தது. அதிலிருந்து கிளம்பிய புழுதி, ‘பிரம்பு’ சீனிவாசனின் மூச்சுக்காற்றுப் போல எனக்குத் தோன்றியது. மாணவர்களின் குரலால் எப்பொழுதும் சப்தமாக இருக்கும் அந்தத் திண்ணைப் பள்ளி இன்று சுவடு தெரியாமல் நொறுங்கிக்

கொண்டிருந்தது. சீனிவாசனின் பிள்ளைகள்தான் ஆள் வைத்து இடித்துக்கொண்டிருந்தனர். ஒரு வழியாக அவர்களுக்குள் இருந்த மனவருத்தங்கள் முடிந்து பாகம் பிரிக்கப்பட்டுவிட்டது. அவர்களது அப்பா சீனிவாசனைத்தான் துகள்களாக உடைத்துக் கொண்டிருக்கிறார்கள் என்று தோன்றியது. 'பிரம்பு' சீனிவாசன் இறந்து இரண்டு வருடங்களாகிவிட்டன. நல்லவேளையாக, சீனிவாசனின் மனைவி அம்புஜத்தம்மாள் அவருக்கு முன் இறந்து விட்டார். அவர் இருந்திருந்தால் இந்தக் கொலையை கண்கொண்டு பார்க்கமுடியாமல் துடித்திருப்பார்.

அம்புஜம்மாள் புழங்கிய அந்த மாபெரும் பூந்தோட்டத்தை நான்கு ஆட்கள் தோண்டி சிதைத்துக்கொண்டிருந்தனர். அந்தத் தோட்டத்தில் இல்லாத மலர்களே இல்லை. பவழமல்லி, மனோரஞ்சிதம், அடுக்கு நந்தியாவட்டை, பலவண்ணச் செம்பருத்திகள், மல்லி, கனகாம்பரம் என்று மண்ணில் விளையும் அத்தனையையும் எங்கிருந்தோ கொண்டு வந்து சேர்த்து விடுவார். அவர்களது வீட்டைக் கடந்து போக காற்றுக்குக் கூட மனம் வந்திருக்காது. அத்தனை மணமும், அழகும் அங்கே நிரம்பியிருக்கும். அம்புஜத்தம்மாள் எப்பொழுது அவற்றுக்குத் தண்ணீர் ஊற்றுவார், எப்பொழுது பூக்களைப் பறிப்பார் என்று யாருக்குமே தெரியாது. பரிதியின் கண்ணுக்குக் கூட படாமல் அத்தனையையும் செய்துவிடும் சாமர்த்தியம் அவருக்கு இருந்தது. சிறு மணியொலி கேட்டால் அவர் பூஜை அறையிலும், மிளகு ரசம் வாசம் அடித்தால் அவர் சமையலறையிலும் இருப்பதாகக் கற்பனை செய்துகொள்ளலாம்.

'பிரம்பு' சீனிவாசனின் உருவம் எவர் மனதிலிருந்தும் அத்தனை விரைவில் மறைந்துபோகாது. அடர்த்தியான குடுமி, நீளமான நாசி, சற்று அதீதமாக நீண்டு இருக்கும் அவரது நெற்றிப் புடைப்பு, அதன் மீதே நெளிந்து ஓடும் திருமண், காப்பி நிறச் சட்டை, கையில் எப்பொழுதும் உருண்டுகொண்டிருக்கும் இரண்டடிப் பிரம்பு என்று தனித்துவமான அடையாளம் கொண்டவர்.

கும்பினிக்காரர்கள் கூட அவரைக் கண்டால் சற்று மரியாதையோடு அவரிடம் பேசுவதைக்கண்டு அவர் மதிப்பு இன்னும் கூடிற்று. அவரது திண்ணைப் பள்ளிக்கூடத்திற்கு சுற்று வட்டாரம் முழுக்க நல்ல பேர் இருந்தது. அங்கு கொண்டு வந்து ஒப்படைத்துவிட்டால் அதி புத்திசாலியாக பிள்ளைகள் வருவார்கள் என்ற அசைக்கவியலா நம்பிக்கை எல்லோருக்கும் உண்டு.

அவரது பிள்ளைகளுக்கு துரையின் வயதுதான் இருக்கும்.. துரையும் அவரது பள்ளியில் வித்தை கற்றவன்தான். துரையை நான் அவரிடம் ஒப்படைத்த நாள் இன்றும் கண்ணுக்குள் நிறைந்தே இருக்கிறது. துரைக்கு ஐந்து வயதானதும் அது ஸ்ரீ ஜெய வருடம் விஜயதசமி அன்றைக்கு அவரிடம் கூட்டிப் போனேன். திருமாலை வணங்கி அவரது காலில் நெடுஞ்சாண்கிடையாக விழுந்தான். உண்மையில் துரை அந்தப் பூந்தோட்டத்தின் வாசத்துக்கு மயங்கித்தான் அவரிடம் சேர முன்வந்தான். ஊரில் எல்லாப் பிள்ளைகளும் அவர் பெயரைக் கேட்டாலே கால்சட்டையை நனைத்துவிடுவர். அவர் மீதும், அவரது பிரம்பு மீதும் அத்தனை பயம். என்றைக்காவது ஒருநாள் அந்த பூந்தோட்டத்தின் மலர்களைத் தொட்டுப் பார்த்து விடுவது என்ற கனவோடுதான் துரை அங்கு விசும்பாமல் சமர்த்தாகப் போய்க் கொண்டிருந்தான். ஆனால் ஒரு நாளும் அவற்றை அவன் தொட்டதே இல்லை.

துரை சேரும் தினத்தில் அவரது காலில் விழுந்தவனை மிரட்டும் குரலில் “அது என்னடா பேரு துரைன்னு?” என்று கேட்க.. அந்தக்குரலின் கடுமையில் பயந்தவனாய் தேம்பித் தேம்பி அழத் தொடங்கினான். அவன் வாயிலிருந்து வார்த்தைகள் வராது என்று தெரிந்து “துரையா பொறக்கலைன்னாலும் துரையாட்டம் ஆவட்டும்னு வச்சேன்” “துரை மாதிரி எல்லாம் ஒரு நாளும் ஆக முடியாது. அவனை மாதிரி ஆகணும்னா வெள்ளைத்தோலோட பொறக்கணும். சரி.. சரி எழுந்திருடா துரையாம்...” என்று கண்களை உருட்ட, அவன் மீண்டும் பெருங்குரலெடுத்து அழ முற்பட்டபோது திடுமெனப் “போதும் நிறுத்து. சத்தம்

வரப்படாது" .. என்று கண்களை உருட்டி, நாக்கைத்துருத்தி முறைக்க அவனுக்கு சப்த நாடியும் அடங்கிப்போனது. "அடேய், சட்டாம் பிள்ளை இவனைக் கூட்டிண்டு போய் அங்க வெய்யில்ல நிறுத்தி ராம நாமம் சொல்லிக்கொடு.." என்று அதட்டலாய் சொல்ல.. அவன் அத்தோடு பூக்களைத் தொடும் ஆசையையே விட்டுத் தொலைத்தான். அவர் வெளியே அல்லது உள்ளே போகும்போது பிள்ளைகளை அடக்கி ஆள்பவன் சட்டாம் பிள்ளைதான்.

கணக்கில் கெட்டிக்காரர். அவர் கற்றுக் கொண்டிருந்ததெல்லாம் கண்ணெதிரே நடமாடும் மனிதர்களிடமிருந்துதான்.. அதையே பிள்ளைகளுக்கு கற்றுக்கொடுப்பார். .

சீனிவாசன் தன் நெற்றிப் புடைப்பைத் தடவியபடி பிரம்பை மேலுக்கும் கீழுக்குமாக விசிறி நடந்து கொண்டிருப்பது போலவே கண்ணுக்குத் தெரிந்தது. அந்தப் புடைப்புக்குப் பின்னே ஒரு கதை இருக்கிறது.

சீனிவாசன் அன்றைக்கும் அப்படித்தான் பிள்ளைகளுக்கு 'வீசம்' கணக்கு சொல்லிக் கொண்டிருந்தார். நான் எப்பொழுதும் போல என் வீட்டுத் திண்ணையில் அமர்ந்தபடி அவரது பாடம் நடத்தும் அழகை ரசித்துக் கொண்டிருந்தேன். அவர் வீட்டுக்குள் ஒரு வேலையாக உள்ளே சென்ற சமயம் பிள்ளைகளுக்குள் ஏதோ கருத்து பேதம். பேச்சு பெரிதாகி ஒரு பையன் அழுவதில் போய் நின்றது.

உள்ளிருந்து வந்த பிரம்பு சீனிவாசன் "ஏய் கர்ணம் பயலே, எதுக்கடா ஓழுவறே?" என்றார். அவரைக் கண்டதும் .அவனது குரல் மெல்லத் தேய்ந்து ஒரு ஒலிக்கோடாக சிதைந்தது. அவரது பழக்கம் அது.... எவர் பெயரையும் அவர் நினைவில் வைத்திருப்பதில்லை. அவர்களது அப்பாவின் உத்தியோகத்தை வைத்துதான் அழைப்பது வழக்கம். கொல்லன் மகன், நீர்க்காரன் பிள்ளை, தலையாரி மகன் என்று பலவிதமாய்ச் சொல்லித்தான் அழைப்பார்.

அழுத பையன் சற்று ஆசுவாசமாகி நிமிர்ந்து உட்கார்ந்தான். “சட்டாம் பிள்ளை எனக்கு இம்மியும் கணக்கு வராதுன்னு திட்டறான் சாமி” என்றான். சட்டாம் பிள்ளை அவர் அருகே வந்தான். “அவனுக்கு கணக்கு வரவே இல்லை சாமி.. எப்பவும் அடுத்த பிள்ளையைப் பார்த்துப் படிக்கறான்.”

“சரி, உனக்கு இம்மின்னா எத்தனை அளவு, என்னன்னு தெரியுமா?” அப்படின்னு கேட்டார். சட்டாம் பிள்ளை .உதட்டைப் பிதுக்கினான். “அடக் கிராதகா., இம்மின்னு அரிசி உண்டு. அது ரொம்ப மெலிஞ்சு இருக்கும். அந்த ‘அரிசியளவு ’ன்னு அதுக்கு அர்த்தம். அது தெரியாமத்தான் அவனுக்கு சாபம் விட்டியோ! போய் உக்காரு... அது இருக்கட்டும் அளவு பாடம் சொல்றேன்”னுட்டு, “எட்டு இம்மி ஒரு எள்ளு; அப்புறம் எட்டு எள்ளு ஒரு நெல்லு; எட்டு நெல்லு ஒரு பெரு விரல்”னு அவர் பாட்டுக்கு கணிதப் பாடம் எடுக்க ஆரம்பித்துவிட்டார். அவரது பள்ளியில் இந்த நேரத்துக்கு இந்தப் பாடம்னு ஒரு வரையறை இருக்காது. அவருக்குத் தோன்றினபடி அவரது அந்த நாள் இருக்கும்.

ஒரு முறை அவர் வெளியில போயிருந்தப்ப பிள்ளைகள் ஒண்ணுகொண்ணு பேச்சு முத்தி அடிச்சிகிட்டு ஒரே களேபரம். அவர் வந்த வேகத்துல எல்லாம் வாயை மூடிட்டு சமர்த்தா உக்கார்ந்து விட்டார்கள். கைகலந்த சுவடே காணும்.

“சட்டாம்பிள்ளை, எதுவரைக்கும் நடந்துருக்கு?” என்று கேட்டார்.

அவனுக்கு நடந்ததைச் சொல்லி நல்ல பேர் எடுக்கணும்; மத்த பயலுகளையும் மாட்டிவிடணும்னு மனசுக்குள் திட்டம். “அடிதடி வரைக்கும் நடந்து போச்சு சாமி” என்றான் பூடகமாக..

ஆனால் சீனிவாசன் அதை சரியாக காதில் வாங்கிக்கொள்ளாமல், அந்த சொல்லிலிருந்து தனது பாடத்தை ஆரம்பித்துவிட்டார் “அப்படியா அப்ப அடி, தொடை, தளை, சீர்னு” தமிழ் இலக்கண வகுப்பை எடுக்க ஆரம்பிச்சுட்டார்.

அன்றைக்கு அம்மாசி மகன் அவரது திண்ணைப்பள்ளியின் ஒரு தூணைப் பிடித்துக்கொண்டு, கால்களை மண்ணில் சுழற்றி தேய்த்துக் கொண்டிருந்தான். அதுவரை அவனைக் கவனிக்காமல் பாடம் நடத்திக் கொண்டிருந்தவர் அவனைப் பார்த்தும் கடும் கோபமாகி, "என்னடா நீர்க்காரன் மகனே, பாடம் படிக்கிற இடத்துல உனக்கு என்ன வேலை? அதுவும் கௌபீணம் கட்டிண்டு இங்க வராதேன்னு சொல்லி இருக்கேன்ல..." என்று கத்தினார்.

தலையில் பாதியை மழித்துக்கொண்டு, இடுப்பில் ஒற்றைத்துணியை மட்டும் குறுக்கே கட்டிக்கொண்டு ஊர் முழுக்க அலைபவன் அவன். "ஆத்துல தண்ணி வந்துடுச்சுன்னு எங்க அய்யன் சொல்லிட்டு வர சொன்னிச்சு."

"அப்படியா, சரிசரி. நீ முன்ன போ. நான் அப்புறம் வர்றேன்னு அப்பன் கிட்ட சொல்லு..." எழுந்து பிள்ளைகளிடம், "எல்லோரும் வாய்ப்பாடு சொல்லிட்டு இருங்க... நான் சித்த வெளியே போயிட்டு வர்றேன்" என்று கிளம்பி என் பக்கம் குரல் கொடுத்தார். "கைலாசம், சட்டையை மாட்டிண்டு கிளம்பு ஆத்து பக்கம் போயிட்டு வரலாம்" என்று கூப்பிட்டார். அவருக்கு வேண்டிய சமயத்தில் எனக்கு நெருங்கினவராக இருப்பார். சில சமயம் சற்றே விலகி இருப்பார். இருப்பினும் அவர் அழைத்தால் காரணம் இருக்கும். பிள்ளைகள் சத்தமாக "ஐந்தோண் ஐந்து ஐ ரெண்டு பத்து ' என்று குரல் உயர வாய்ப்பாட்டினை சொல்லத் தொடங்கினர்.

அவரோடு கிளம்பினேன்.

"இந்த நீர்க்காரன் பலே பிரகஸ்பதியா இருப்பான் போல... நீர்க்காரன்னா சும்மா பாசனத்துக்கு முறை வச்சித் தண்ணி திறப்பான் அப்படின்னுதான் நினைச்சிண்டிருந்தேன் ஆனா அவன் கணக்குல அப்படியே பாயறானாம். நீராணிக்காரன், கரையார்னு அததுக்குத் தனித்தனி ஆளுக ஒரு காலத்துல... இப்ப ஒருத்தனா எல்லாத்தையும் பாத்துக்கறான். அவன் குடும்பமே மடையார் குடும்பம். அந்தக் காலத்திலேர்ந்து

அவனுக்கு எல்லாம் மனப்பாடம். ஆற்றோட தண்ணீர் மட்டம் எவ்வளவுன்னு பாக்கறதுதானே அவனோட வேலை.. ஆனா அவன் தண்ணி வர்ற வேகம், அளவு, எவ்வளவு நேரம் போகும்னு எல்லாம் சொல்லிடறானாம்!”

எனக்கும் விந்தையாகத்தான் இருந்தது. “அது எப்படி? என்ன அளவை வச்சிருக்கான் அதுக்கு?”

“அதத்தான் பாக்கப்போறோம்” என்று ஒரு குழந்தையின் துள்ளலோடு நடந்தார். புதியனத் தேடல் அவருக்கு எப்பவும் விருப்பமான ஒன்று.

ஆற்றங்கரையில் அம்மாசி ரொம்பப் பவ்யமாக நின்று கொண்டிருந்தான். எங்களைக் கண்டதும் கும்பிடு போட்டான். “வரணும் சாமிமார்களே” என்றான்.

“தாயே கங்கையாட்டாம் என்ன பிரம்மாண்டமா ஓடி வர்றா... .கூவம் கொள்ளை அழகுடா...” தன்னை அறியாமல் கன்னத்தில் போட்டுக் கொண்டார். “என்ன அம்மாசி தண்ணி இப்படிப் பிரளயமாட்டம் வருது!” ன்னு கேட்டார் பிரம்பு.

“கட்டி வச்ச வேகம் சாமி. அதான் கோவமா சீறுது... இன்னும் கொஞ்ச நாழியில சரியாயிடும்.”

அப்படியே ஒரு கல்லின் மீது இருவரும் அமர்ந்தோம்..

“கொற்றலை ஆத்துல தண்ணி வந்தப்ப அங்க போயிருந்தே அப்படின்னாங்க...”

கொற்றலை ஆறு கடம்பத்தூர் பக்கம் தனியாகப் பெருகிவரும் ஆறு. மழைக்காலத்துல தண்ணி புரண்டு வரும்போது கூவம், கொற்றலை இரண்டும் பார்க்க கொள்ளை அழகா இருக்கும்.

“ஆமா... சாமி... தண்ணி நெரம்புன ஆத்தை கையில அள்ளிப் பாக்கணும் சாமி அப்படியே அமுதம் கடஞ்சி நொரைக்கற மாதிரி அம்புட்டு அழகு... இதோ இந்தக் கையாலதான் அள்ளிக் குடிச்சேன்... அம்மாம் தித்திப்பும் அப்படியே இருக்கு

சாமி" சொன்னதோடு நிக்காமல் கூவத்தின் தண்ணீரை இரு கைகளாலும் அள்ளி " இதப்பிடிங்க சாமி கொழந்தையாட்டம் எப்படிக் குதிக்குது."

தீர்த்தம் வாங்கற மாதிரி பவ்யமாக வாங்கிக்கொண்டார் பிரம்பு.

இந்த ரசனையின் ரசனையைப் புரிந்துகொள்ளவே முடியவில்லை யாரிடமாவது போய் அமர்ந்துகொள்ளும்... இந்த அம்மாசிக்கு எப்படி இவ்வளவு ரசனை? கொற்றலை இங்கிருந்து எவ்வளவு தூரம்? மூணு காத தூரம் இருக்குமா? ஐப்பசி மழையில அதிகம் தண்ணி வரப்போவுதுன்னு அதப்பாக்க அங்கே நடந்தே போயிருக்கான்! இங்க பக்கத்துல அஞ்சு பர்லாங்கு தூரத்துல இருக்கற சென்னகேசவப் பெருமாள் ஆலயத்துக்கு நடந்து போய் வரதுக்குள்ள நமக்கு கால் அசந்துபோயிடுது.

ஒரு நீளவாக்கு மரக்கட்டை நடுவில் ஒரு முழத்துக்கு ஒரு முழம் கணக்கில் சதுரமாகத் துளையிட்டு வைத்திருந்தான். மண்ணாலான தோண்டி ஒன்றும், குடுவை ஒன்றும் கூட வைத்திருந்தான். அதில்லாமல் தாமரை இலை, எருக்கம் இலை, மாவிலை, செம்பருத்தி இலை கொஞ்சம் இருந்தது. ஒரு நாழிக்குப் பிறகு தண்ணீரின் வேகம் குறைந்திருந்தது. அவன் ஆற்றின் குறுக்கில் அந்த மரக்கட்டையை வைத்தான். துளை வழியே மட்டும் தண்ணீர் வருமாறு கவனமாக அதை நிறுத்தினான். குடுவையால் அந்தத் தண்ணீரைப் பிடித்தான். தண்ணீர் குடுவைக்குள் போகும் நேரம் தனது நடு விரலைக் கட்டை விரலால் சொடுக்கியபடி மனதுக்குள் எண்ணிக்கொண்டான். குடுவையிலிருந்து தோண்டிக்கு நிரப்பினான். அரை நாழியில் பத்து உழக்கு நெறையுதுங்க சாமி" என்றான்.

அவனது உத்தியும் யூகமும் வியக்க வைத்தது. "சரி வேகத்தை எப்படிக் கணக்கு பண்ற?" வியப்புக் குறையாமல் கேட்டார் பிரம்பு.

காலால் ஆற்றை நோக்கி ஆற்று மணலில் ஒரு கோடு போட்டான். ஒரு ஐம்பது தப்படி நடந்து சற்றுத் தள்ளி அதற்கு இணையாக இன்னொரு கோடு போட்டான். தண்ணீரின்

மேல் முதல் கோட்டுக்கு நேராக நின்று முதலில் தாமரை இலையைப் போட்டான் அது அடுத்த கோட்டுக்குச் செல்லும் வரை மறுபடி விரல் சொடுக்கினான். அடுத்தது எருக்கம் இலை, மாவிலை அப்புறம் செம்பருத்தி இலை... வரிசையாகப் போட்டு முன்போலவே செய்தான். “இப்படியே தண்ணி வந்தா ஒன்றரை நாழியில ஒரு காதம் போயிடும் சாமி” என்றான்.

“பலே” என்று தன்னை அறியாமல் ஆற்றின் குறுக்கே அவனருகில் சென்று இடுப்பிலிருந்து எதையோ எடுத்துத் தரப்போன சீனிவாசன் ஆற்றின் வேகத்தைக் கணிக்காமல் அப்படியே ‘தொபுக்கடீர்’ என விழுந்து விட்டார். விழுந்த வேகத்தில் உள்ளிருந்த பெருங்கல்லில் நெற்றி மோதி அந்த இடம் வீக்கமாகிவிட்டது. எந்த வைத்தியத்துக்கும் கட்டுப்படாமல் புடைப்பாகத் தங்கிவிட்டது. ஆற்றின் நீரளவை கணிக்க அவன் சொன்ன யுக்தியைத்தான் பிள்ளைகளுக்குச் சொல்லிக்கொடுத்துக் கொண்டிருந்தார். நீர்க்காரனிடமிருந்து பெற்றதைத் திண்ணைப்பள்ளிக் கூட பிள்ளைகளுக்குக் கணிதமாக கற்றுத்தரும் சாமர்த்தியம் அவரிடமிருந்தது. ஆனால் அதை நீர்க்காரன் பிள்ளைதான் அவரிடம் கேட்க வழியில்லாமல் திண்ணைக்கு வெளியில் நிற்க வைத்தது காலம். ஒருவேளை அந்தக் கணக்கை தன் அப்பனிடமிருந்துதான் சீனிவாசன் பெற்றார் என்பதைக் கண்டுபிடித்து விடுவான் என்கிற அச்சம் அவரிடமிருந்ததோ தெரியாது.

கோட்டைக்குள்ளே கும்பினிக்காரர்கள் கும்பிடும் சிலுவைக் கோயிலில் ஒரு பள்ளிக்கூடம் தொடங்கினார்கள். ஆரம்பத்தில் கும்பினிப் பிள்ளைகள் மட்டும்தான் அதில் சேர்க்கை இருந்தது. அப்புறம் கலப்புப் பிள்ளைகள் சேர்க்கப்பட்டனர். கறுப்பர்களின் பிள்ளைகளைச் சேர்த்தால் அதுக்குத் தனியாக வரி போடணும்னு லண்டன்லேர்ந்து தாக்கல் வந்துச்சாம். ஆனா சாமியார் வில்லியம் அதுக்கு சம்மதிக்காம ‘படிப்பு எல்லோருக்கும் இலவசம்’னு சில மாதங்கள் கழித்து உள்ளூர்க்காரப் பிள்ளைகளையும் அனுமதித்தார். அதில் சேரும் பிள்ளைகளை மேரி தெய்வத்தைக் கும்பிடச் சொல்கிறார்கள்

என்று பேச்சு இருந்தது. ஆனால் ஒரு பணமும் வாங்காமல் சொல்லிக்கொடுக்கறாங்க; அதுவும் வெள்ளைக்காரன் பாஷையையும் கத்துக்கலாம்னு பெரும்பாலும் சேர்ந்துட்டாங்க.. எல்லா ஜாதிக்காரனையும் வேற சேத்துக்கறாங்கன்னு ஒரு புகழ். அம்மாசிப் பையன் கூட சேர்ந்துட்டான். கால்சராய், மேல்சட்டையும் போட ஆரம்பிச்சுட்டான்.

பிரம்பு சீனிவாசனின் திண்ணைப் பள்ளியில் கூட்டம் குறைந்தது. அந்தக் கவலையில் அவர் உடல் இளைத்துத் துரும்பாகிவிட்டார். வெள்ளைக்காரப் பிள்ளைகள் தோஷம் பார்க்காம தோள் மேல கை போட்டுட்டு நம்ம பிள்ளைகள் கூட கூடி விளையாடறதுல துரைக்கும் ஒரு ஆவலாதி. அவனையும் அங்கேயே சேர்த்தேன். துரை அதுக்கப்புறம் நிறைய மாறிட்டான். எதிர் வீட்டுப் பூந்தோட்டத்தை அவன் திரும்பிப் பார்க்கறதே இல்லை. வெள்ளைக்காரக் கூட்டாளிப் பயல்கள் மேல்சட்டையில ஏதோ வாசனைத் திரவத்தை தெளிச்சுக்கறானுங்கன்னு அது மேல ஆசை. அவனுகளுக்கு சீமையிலேர்ந்து வருது நாம எங்கப் போறதுன்னு ஒரு நாள் சத்தம் போட்டேன். சிநேகிதன் ஒருத்தன் குடுத்தான்னு சட்டை மேல அந்தக் கருமத்தை வேற தெளிச்சுட்டு வந்தான். கெட்ட நாத்தம் கொமட்டல் தாங்காம இனிமே அதை ஊத்திட்டு வந்தே கொலை பண்ணிடுவேன்னு அவன் அம்மாக்காரி ஒரு ஆட்டம் போட்ட பிறகும் அவன் அசரலை.

நீர்க்காரன் அம்மாசி மகன் இப்ப கால்சட்டை, மேச்சட்டையோட கம்பீரமா நடந்து போறான்.. சீனிவாசன் வீட்டுத் திண்ணையைத் திரும்பிப் பார்த்து நக்கலா ஒரு சிரிப்பு சிரிச்சுட்டு போனா மாதிரி இருந்துச்சு... அவன் படிக்கிற வகுப்புல அவன்தான் கணக்குல கெட்டிக்காரன்னு அவனோட கூட்டாளிகள் பேசிக்கறாங்க...

அம்புஜத்தம்மாள் இறந்தப்பக் கூட அவர்களது தோட்டத்திலிருந்துதான் மலர்கள் எடுக்கப்பட்டன. ஆனால் அவர் இறந்த பிறகு பார்க்க ஆளில்லாமல் தோட்டம்

கருகிவிட்டது. சீனிவாசன் இறந்த போது வெளியிலிருந்துதான் பூக்கள் வாங்கப்பட்டன. அவரின் பிள்ளைகள் வளர்ந்து தூர தேசத்தில் வேலைக்குப் போய் விட்ட நேரம். அவரது உடலருகே நாள் முழுக்க இருக்கணும்னு எனக்கு ஆசை. பாழாப்போன வாசனைத் திரவியத்தை எல்லாப் பயல்களும் மேல ஊத்திட்டு வந்துட்டாங்க போல.... வயித்தைப் பெரட்டிடுச்சு... அப்படியே வீட்டுக்கு வந்து படுத்துட்டேன் அன்னிக்கு...

இப்ப அதே பிள்ளைகள்தான் நேர்ல நின்னு வீட்டுத் திண்ணையை இடிச்சு அவங்கவங்க பாகத்துல வீட்டை மாத்திக்கட்ட முனைப்பா இருக்கானுங்க. அந்த நாத்தத்துக்குப் பயந்து நானும் கிட்டப் போகலை அவங்களுக்கும் நான் தேவைப்படலை. வீசியெறியப்பட்ட பூ மாதிரி எதிர்த் திண்ணையில படுத்துக் கிடக்கிறேன்.

திண்ணைங்க இப்பல்லாம் சோம்பேறிங்க பள்ளிகொள்ளும் இடமாயிடுச்சு

அப்பப்ப அதுல படுத்துக்கிட்டு காலை ஆட்டிக்கிட்டு "ம்... எப்படி இருந்த திண்ணை?" அப்படின்னு ஏதாவது ஒரு பெரிசு பெருமூச்சு விட்டுக்கிட்டுத்தான் இருக்கு... எனக்கு அப்படி ஒண்ணும் தோணலை... எத்தினி நாளைக்கு திண்ணைக்குள்ளேயே தாயம் ஆடுறது... உலகம் திண்ணைக்கு வெளியேத்தானே இருக்கு.

பூ வாசம் இல்லாமல் மௌனமாகக் கடந்து சென்றது காற்று.

ஆனாலும் என்ன... படிப்பு வாசனை தெரு முழுக்க கம்பீரமாக வந்துவிட்டதே!

(எழுத்தாளர் ராஜகுரு நினைவுச்
சிறுகதைப் போட்டி 2022ல் ஆறுதல் பரிசு பெற்ற சிறுகதை)

5. கடவுளின் விரல்

‘வெளியே போயிடாதே போலிஸ்காரவங்க புடிச்சிட்டு போயிடுவாங்க” என்று அர்ச்சனா ஒருநாளைக்கு நூறு தடவை கண்களை உருட்டி உருட்டி மிரட்டுவாள். ‘வழக்கமா பூச்சாண்டி பிடிச்சிட்டு போயிடுவான்னுதானே அம்மா மிரட்டும். இப்ப ஏன் மாத்தி மாத்தி சொல்லுது’ என்று செல்வாவுக்கு புரியவே இல்லை.

“அம்மா” என்று வாசலில் குரல் கேட்டது. செல்வா ஓடிப் போய் பார்த்தான். அங்கே செல்லம்மாவும் ஒரு சிறு பையனும் நின்று கொண்டிருந்தார்கள் முகத்தில் கர்ச்சீப்பை மடித்துக் கட்டி இருந்தார்கள்.அதற்குள் அர்ச்சனா அங்கு வந்தாள்.

“என்ன செல்லம்மா உனக்குத்தான் சம்பளம் குடுத்து பதினஞ்சு நாளைக்கு வரவேணாம்னு சொல்லி அனுப்பினேனே?”

“அதுக்கில்லம்மா... தோட்டத்துல புளியமரம் காய்ச்சி அப்பவே நிறையக் கொட்டிக் கெடந்துச்சு. பொறுக்கினா ரெண்டு மாசத்துக்கு ஆவும். நீங்க கூட நேரம் கிடைக்கறப்ப வந்து எடுத்துக்கன்னு சொன்னீங்க”

“சொன்னேன்தான்... அப்ப இந்த கொரோனா பிரச்சினை எல்லாம் இல்லையே?”

“அப்படியே விட்டா புளியம்பளம் எல்லாம் வீணாப் போயிடும்மா இப்படியே போயி தோட்டத்துல எடுத்துக்கறேன்... வேற எதையும் தொட மாட்டேன். உங்களுக்கு வேணும்னா கொஞ்சம் பளம் ஒடச்சுத் தர்றேன்.”

“ஒரு பழம் கூட வேணாம். நாங்கதான் வருஷத்துக்கு மொத்தமா வாங்கி வச்சிடுவோமே... யாரு இதெல்லாம் உடச்சிட்டு கெடக்கறது. சரி சரி எடுத்துக்க இது யாரு உன் பேரனா? பேரு என்ன?”

“பேரன்தான் அறிவு... அறிவழகன்“

“ஒரு டீ கூட போட்டுத்தர முடியாதபடி இந்த கொரோனா வந்து பயமுறுத்துது”

“பரவாயில்லைம்மா வீட்டுலேயே சாப்பிட்டுட்டு வந்துட்டோம்.”

என்றபடி தன் பேரனை அழைத்துக்கொண்டு தோட்டத்துக்குச் சென்றாள் செல்லம்மா. அவர்கள் வீட்டு வேலைக்காரம்மாதான் செல்லம்மா. தினமும் வந்து பாத்திரமெல்லாம் கழுவி, வீடு பெருக்கித் தருவாள். கொரோனாவால் செல்லம்மாவுக்கும் லீவு விட்டாச்சு.

செல்வி அப்பொழுதுதான் தூக்கத்திலிருந்து எழுந்து கண்களை கசக்கியபடி வெளியவந்து அர்ச்சனாவின் சேலையைப் பிடித்துக்கொண்டு மிச்ச தூக்கத்தை நின்றபடியே தூங்கினாள்.

“அம்மா.. செல்லம்மாவுக்கு வொர்க் ஃபிரம் ஹோம் இல்லையா?” செல்வா கேள்விகளை தொடுக்க ஆரம்பித்தான். இது அவன் வழக்கம்.

“புளியமரத்தை அப்படியே பிடுங்கி வீட்டுக்கு எடுத்துட்டுப் போனாதான் செல்லம்மா வொர்க் ஃபிரம் ஹோம் செய்ய முடியும்.”

"அய்யய்யே புளிய மரத்தை எப்படிம்மா பிடுங்கறது?"

"உனக்கு பதில் சொல்றதுக்கு அந்த வேலையை செஞ்சிடலாம்" அர்ச்சனா சிரித்தபடி சொன்னாள்.

"நான் போயி எப்படி பொறுக்கறாங்கன்னு பாக்கறேன்மா"

"அதெல்லாம் ஒண்ணும் வேணாம். ஏதாச்சும் பூச்சி கடிச்சிடும்."

"அப்ப செல்லம்மாவை கடிக்காதா?"

"சும்மா என்னைக் கடிக்காதே..போயி எட்ட இருந்து பாரு"

அதற்குள் செல்வி பல்துலக்கிவிட்டு அவனோடு தோட்டத்துக்கு வந்தாள்.

தோட்டத்தில் செல்லம்மாவும் அறிவும் ஆளுக்கொரு வெள்ளைச் சாக்கினைப் பிடித்துக்கொண்டு பழம் பொறுக்கினார்கள். இவர்களைப் பார்த்ததும் அறிவு பொறுக்குவதை நிறுத்திவிட்டு சில நிமிடம் அப்படியே பார்த்தான்.

"அறிவு.. சீக்கிரம் பொறுக்கு அப்பத்தான் சீக்கிரம் வீட்டுக்குப் போகலாம்." என்றாள் செல்லம்மா.

அறிவு இவர்களை நோக்கி கைநீட்டினான். அவனது விரல்கள் கண்டு கண்டாக வளைந்து காயம்பட்டு காய்ப்பு காய்த்தது போல இருந்தன.

"ஆச்சி அவனை எங்கக் கூட விளையாட அனுப்புங்க ஆச்சி" என்று கேட்டான் செல்வா.

"இப்படி ஒண்ணா சேர்ந்தெல்லாம் விளையாடக் கூடாது தம்பி" என்றாள் செல்லம்மா.

"நாங்க தொடாம விளையாடறோம்... ப்ளீஸ் ப்ளீஸ் அனுப்புங்க ஆச்சி."

"சரி சரி போடா... ஆனா எட்ட நின்னு விளையாடணும். ஒருத்தரை ஒருத்தர் தொடாம விளையாடணும்"

கையில் இருந்த புளியம்பழங்களுடன் அப்படியே வந்தான் அறிவு.

“எங்க காட்டு புளியம்பழத்தை?”

எட்டி நின்றபடியே காண்பித்தான் அறிவு.

“அய்யய்யே இது என்ன இப்படி இருக்கு... பாக்க நல்லாவே இல்லை” என்று சிரித்தான் செல்வா.

“புளியம்பளத்தை சாமி உண்டாக்குனப்போ ஒரு பழத்தை எடுத்துச் சாப்பிட்டுச்சாம். ரொம்ப டேஸ்டா இருந்துச்சா கண்ணை இப்படி மூடி அப்படி நாக்கைத் தட்டித் தட்டி சாப்பிட்டுச்சாம் அப்புறம் சாமி மனுசங்களைக் கூப்புட்டு இதுதான் எனக்குப் பிடிச்ச பழம்னு நடு வெரலைக் காமிச்சு சொன்னாராம்... அதனால்தான் புளியம்பளம் நடுவிரல் மாரியே இருக்குதாம், சாமியோட வெரல்னு பறவைங்க இதை சாப்புடாதாம் எங்க ஆயா சொன்னிச்சு” என்றான் அறிவு.

“அட, ஆமா பாக்க நடுவிரல் மாதிரிதான் இருக்கு” செல்வி அதிசயித்தாள்.

பிறகு அதை உருட்டி உருட்டிப் பார்த்து எந்தப் பக்கம் உடைப்பது என்று தெரியாமல் விழித்தான் செல்வா.

“மேல லேசா இருக்கிற ஓட்டை ஓடை” என்று ஐடியா கொடுத்தான் அறிவு.

ஓட்டை அமுக்கி அமுக்கிப் பார்த்தான் செல்வா. பல்தான் இறுகியதே ஒழிய ஓடு உடையவில்லை.

“இப்படி குடு” என்று அதை வாங்கி இரு உள்ளங்கை நடுவே வைத்து வேகமாகத் தட்டினான். மளுக்கென்று உடைந்தது ஓடு. அடுத்தப் பழம் ஒல்லியாக ஓடு லேசாக இருப்பதை உணர்ந்து அழகாக பாம்பு சட்டையை உரிப்பது போல ஓட்டை மட்டும் உருவினான் அறிவு.

".சொட்டாங்கி வெளையாட உனக்குத் தெரியுமா?"

"தெரியாதே."

"அஞ்சு கல்லு வச்சு விளையாடுவோம்ல அது."

"எப்படி விளையாடறது?" என்று கேட்டாள் செல்வி

"களத்துல நாங்க வெளையாடுவோம் இரு நான் சொல்லித்தாரேன்"என்று அவசரமாக கூழாங்கல் தேடி எடுத்து வந்தான்.

"ஆமா களம்னா என்ன?"

வீட்டின் பின்புற வாசலில் அவ்வப்போது வற்றல் காயவைக்க தரையில் சிமென்ட் பூசி மேடாக வைத்திருந்த இடத்தைக் காண்பித்து "இதோ, இதான் சின்ன களம்... வயல்ல பெரிய களம் இருக்கும்" என்று சிமெண்ட் தளத்தில் வெள்ளைக்கல் ஒன்றால் வட்டம் போட்டு அஞ்சு கல்லில் ஒன்றை மட்டும் கையில் வைத்துக் கொண்டு மீதியைத் தரையில் போட்டான் அறிவு.

பிறகு கையில் இருந்த கல்லை மேலே தூக்கிப் போட்டு அது கீழே வருவதற்குள் தரையில் இருந்த கல்லை ஒவ்வொன்றாக எடுத்து தூக்கிப்போட்ட கல்லை சரியாகப் பிடித்தான். மூன்றாவது கல்லைத் தூக்கிப் போடும்போது

முக்கூட்டு சிக்குட்டு பாவக்கா
முள்ளில்லாத ஏலக்கா,
நாங்கு சீங்கு
மரவள்ளி கிழங்கு,
ஐவார் அரக்கு
சம்பா சிலுக்கு,

என்று பாடியபடியே அழகாக பிடித்தான்..

செல்வி ஆசையோடு "நான் விளையாடறேண்டா" அவனிடமிருந்து கற்களை வாங்கினாள். அவனைப் போலவே கல்லை மேலே தூக்கிப்போட்டு கீழே கல்லை அள்ளுவதற்குள்

மேலே போட்ட கல் வேறெங்கோ விழுந்தது. மறுபடி அறிவு அவர்களிடம் வாங்கி முன்பு போல் அழகாகச் செய்தான்.

செல்வாவும் வாங்கி கல்லைப் பிடிக்கிறேன் என்று கவிழ்ந்து விழுந்தான்.

“இந்த விளையாட்டு போரடிக்குது வேற சொல்லுடா” என்றான் செல்வா.

“பல்லாங்குழி வெளையாடலாமா?”

“அது எப்படி விளையாடறது?”

“நான் சொல்லித்தரேன்.” அறிவு.

“ஆமா அதுக்கும் இதே காயின்தானா?”

“இந்தக் காய் இல்லை அது வேற... புளியங்கொட்டை.”

“அதை எங்கே வாங்கறது... அமேசான்லேயா?”

“வாங்க வேண்டாம். சோட்டான் புளியம்பழத்திலேர்ந்து சுளுவா எடுத்துக்கலாம்”

ஒரு முற்றின பழத்தை அவர்களிடம் காண்பித்தான். ஓடு உப்பலாக இருந்தது.

“இதான் சோட்டான் அப்படியே கொடுக்காப்புளி மாதிரி இருக்கு இல்லே?”

“கொடுக்காப்புளின்னா?”

“கொடுக்காப்புளி தெரியாதா? பச்சையா இருக்கும் உள்ளே வெள்ளையா தோசை மாதிரி அழகா இருக்கும் சாப்புட்டா செமையா இருக்கும்” சப்புக்கொட்டிக் காட்டினான் அறிவு.

புளியம்பழத்தை சிமெண்ட் தரையில் வைத்து சப்பென்று அடித்தான். அதன் ஓடு பொடிப்பொடியாய் உதிர்ந்தது.

உரித்த புளியம்பழத்தை எடுத்து வாயில் வைத்துப் பார்த்தான் செல்வா.

"அருகிலிருந்த வெள்ளைக்கல்லில் சிமெண்ட் தரையில் இரண்டு வரிசையாக வட்டங்கள் போட்டான்.

புளியங்கொட்டைகளை எடுத்து வட்டங்களில் வைத்தான்.

அர்ச்சனாவை அழைத்த செல்வி "அம்மா இந்த அறிவுக்கு எல்லாம் தெரியுதும்மா சோட்டானை அப்படியே ஹல்க் மாதிரி உடைக்கிறான். கல்லு விளையாட்டுல தூக்கிப்போட்டு அப்படியே தோனி மாதிரி கேட்ச் பிடிக்கிறான். சூப்பர் சிங்கர் மாதிரி பாட்டு எல்லாம் பாடறான்." என்று சத்தமாகக் குரல் கொடுத்தாள்.

"ஓ அப்படியா.... பீ கேர்ஃபுல், டோண்ட் டச் ஹிம். கீப் டிஸ்டன்ட்" உள்ளிருந்து எச்சரித்தாள்.

"ஓகே ம்மா. இங்க வாயேன்.இவன் விரலைப் பாரேன் லுக்ஸ் கிரேசி..."

அர்ச்சனா வந்த பிறகு அவளிடம் அறிவு பெருமிதமாக நீட்டினான்

"என்னாச்சு" என்றாள் அர்ச்சனா.

"முந்திரிக்கொட்டை ஒடைச்சா பால் படும்லே அதான் இப்படி."

"முந்திரிக் கொட்டை உடைப்பியா? வேற என்னென்ன செய்வே?"

"அப்புறம் மல்லாட்டை ஒடைப்பேன்... ம்ம்ம் மாங்கா பறிக்கப் போனா பொறுக்கப் போவேன்." தன் விரல்களில் லேசாக உடைந்த புளியம்பழ ஓட்டை எடுத்து பொருத்திப் பார்த்தான். சரியாகப் பொருந்தியது. .

"செல்லம்மா இங்க வா இவனை நீ ஸ்கூலுக்கு அனுப்பறதே இல்லையா?" என்று கோபமாகக்கேட்டாள்.

“ஸ்கூல் ஏது அனுப்புறதுக்கு?” பழத்தைப் பொறுக்கியபடியே அந்தப் பக்கம் பார்த்தபடி பதில் சொன்னாள்.

“ஊர்ல உலகத்துலே குழந்தைங்களை வேலைக்கு வச்சிக்கக் கூடாதுன்னு சட்டம் போட்டிருக்காங்க நீ என்னடான்னா படிக்கிற பிள்ளையைத் துணைக்குக் கூட்டிட்டு வர்றேன்னு சொல்லி கை இப்படி காய்ச்சுப் போற அளவுக்கு வேலை வாங்குறே.”

இடை புகுந்து “வட்டத்துக்குள்ள எத்தனை காய் வைக்கணும்?” என்று கேட்டாள் செல்வி

“அது எனக்குத் தெரியாது சுமதி அக்காதான் வைக்கும்.. ஆயா... குழிக்குள்ள எத்தனை காய் வைக்கணும்?” அறிவு செல்லம்மாவிடம் கேட்டான்.

“அஞ்சஞ்சா வையேன்... மொத்தம் எத்தனை புளியங்கொட்டை இருக்கு?”

“எனக்கு எண்ணத் தெரியாதே? நீ வந்து வையேன் ஆயா.”

“உனக்கு கவுன்ட் பண்ணத் தெரியாதா?” என்றான் செல்வா

“தெரியாதே.” என்றான் அறிவு.

“ஏன் நீ ஸ்கூல்-க்கு போகலை?”

“போகலை.”

“ஏன்?”

“மூணாம் வகுப்பு போனேன். எங்க வீட்டுல பணம் இல்லே போவேணாம்னு சொல்லிட்டாங்க.”

“அவங்க அப்பா கட்டட வேலைக்கு போறாரு. அம்மா முந்திரி உடைக்கற வேலைக்குப் போவுது... முன்னாடி படிச்ச புள்ளைங்களை கேட்டா புக்கு குடுக்குதுங்க, கிழிஞ்சதுதான் இருக்கும். இருந்தாலும் என்ன பண்றது? நோட்டும் பென்சில்

மத்தது எல்லாம் வாங்க கடன்தான் வாங்கணும்.. இப்ப என்னடான்னா போன்லதான் ஸ்கூலாம் என்ன கருமமோ அதை வாங்க காசு இல்லியே..."என்று சொன்னாள் செல்லம்மா.

உடனே வீட்டுக்குள் ஓடிப்போய் தன்னுடைய செல்லை எடுத்துக் காண்பித்து "மூணு கேமரா இருக்கும் பெரிய ஸ்கிரீன் தெரியுமா? ஒன்லி டென் தவுசண்ட்.. இதுலதான் நான் கிளாஸ் அட்டண்ட் பண்றேன்" என்று ஆர்வமாக தகவல் சொன்னாள் செல்வி.

ஆசையோடு அது வேணும் என்று போனைக் காண்பித்து செல்லம்மாவைப் பார்த்து பாவமாக முகத்தை வைத்துக்கொண்டு கேட்டான் அறிவு.

"அது சரி... உனக்கு ஈடு ரெண்டு புள்ளைங்க வூட்டுல இருக்கு... அம்புட்டும் கேக்கும்... பேசறதுக்கே துக்கினியோண்டு தீப்பெட்டி மாரி வச்சிருக்கான் ஒங்கப்பன்.. இதுல சோப்பு டப்பா மாரி வேணும்னா பத்தாயிரம் இருவதாயிரம் ஆவுமாமில்லே அதுவுமில்லாம மாசம் மாசம் எக்கச்சக்க பணம் கட்டணுமாம்.. நமக்கு கட்டுப்படியாவது.. அதனலாதான் உங்க மூணு பேரையும் ஸ்கூலை விட்டு நிறுத்தியாச்சு."

ஆள் கிடைத்த சந்தோஷத்தில் செல்வி உடனே உள்ளே சென்று தனக்கு அப்பா வாங்கித்தந்த வெள்ளை போர்ட், மார்க்கர் பென், வழக்கமாக வைத்திருக்கும் கம்பு எல்லாவற்றையும் எடுத்துக் கொண்டு வந்தாள்.. சுவரின் ஓரம் போர்டை சாத்தி வைத்தாள். பிறகு அறிவுக்கு ஒரு சிலேட்டும் பல்பமும், செல்வாவுக்கு ஒரு சிலேட்டு பல்பமும் எடுத்து வந்தாள்.

செல்வா டீச்சர் விளையாட்டுக்கு வராத நாட்களில், தோட்டத்தில் இருக்கும் செடிகொடிகளை எல்லாம் மாணவர்களாகக் கருதி கம்பைக் கையில் வைத்துக்கொண்டு சத்தமாக கணக்கு வாய்ப்பாட்டை சொல்லுவாள். அதுவே அவளுக்கு மிகப் பிடித்தமான விளையாட்டு.

அறிவு மிகப் பவ்யமாக கைகளைக் கட்டிக்கொண்டு உட்கார்ந்திருந்தான். தன் மடியில் வைத்திருந்த சதுர வடிவ

சிலேட் பார்க்கவே புத்தம் புதுசாக அழகாக இருந்தது அவனுக்கு. மிக மகிழ்ச்சியாக இருந்தது.

“முதல்ல உனக்கு ஆனா ஆவன்னா சொல்லித்தாரேன்” என்று போர்டில் பெரிதாக ‘அ’ ‘ஆ’வன்னா போட்டாள் செல்வி.

“இதே மாதிரி உன் சிலேட்டில் போடு. அந்தப் புளியபழ மூடியை எடுத்துக் கீழே போடு” என்று அவனை அதட்டினாள்.

புளியம்பழ ஓட்டை உதறிவிட்டு, ஒரு கையை மறுகையால் அழுத்திப் பிடித்துக்கொண்டு ‘அ’ வை ஒரு தினுசாகப் போட்டு முடித்தான்.

அர்ச்சனா செல்லம்மாவைப் பார்த்து “இன்னிக்கு எவ்வளவு முடியுதோ அவ்வளவு பொறுக்கிக்கோ. நாளைக்கு எல்லாம் வராதே... பழத்துக்கு ஆசைப்பட்டு படுக்கையிலே விழுந்துடக் கூடாது.”

“அப்படி சொல்லாதே தாயி.. இனிமே அவனை இங்க கூட்டிட்டே.... வர மாட்டேன்... ரெண்டு நாளைக்கு என்னை மட்டும் வுடுதாயி..மவன், மவ வீட்டுக்கு ஆவும்... நான் விக்கறதுக்கு கேக்கலைம்மா.”

“.நானும் ஆயா கூட வர்றேனே.. இந்த அக்காகிட்ட எளுத கத்துக்கறேன்.” கெஞ்சும் குரலில் கேட்ட அறிவு பழக்க தோஷத்தில் புளியம் பழ ஓட்டை எடுத்து மறுபடி கைகளில் மாட்டிக் கொண்டான்..

அதற்குள் செல்வி போனை ஆன் செய்து அதிலிருந்து யூட்யூப் சேனலில் யாரோ ஒருவர் வகுப்பெடுப்பதை அறிவிடம் காண்பித்து “இங்க பாத்தியா இது மாதிரிதான் ஆன் லைன் கிளாஸ் நடக்கும் “

“ஆயா .. ஆயா இங்க பாரேன் வாத்தியாரை.. சினிமாவுல ஆக்ட் குடுக்கற மாதிரி பேன்ட் சட்டை கோட் எல்லாம் போட்டுக்கிட்டு... நம்ம ஊர்ல பண்ணை வீடு இருக்கற மாதிரி ரூம்பு... எங்க ஸ்கூல்ல எல்லாம் மரத்துக்குக் கீழதான்

உக்காந்திருப்போம்."

"மரத்துக்கு கீழவா?"

"ஆமா ஜாலியா இருக்கும். கிச்சு கிச்சு தாம்பாளம் எல்லாம் மண்ணுலே வெளையாடுவோம்"

"அது எப்படி?"

"சீவாங்குச்சியை எடுத்து மண்ணுல ஒளிச்சு வச்சி கண்டுபிடிக்கணும். சொல்லித் தரவா?"

"மண்ணா...? கையெல்லாம் டர்ட்டியா ஆயிடும்... தம்பி அதெல்லாம் வேண்டாம்."

"ஆயா நானும் படிக்கணும் அது மாதிரி பெரிய போனு எனக்கும் வாங்கிக்குடு ஆயா..." என்று கெஞ்சலாகக் கேட்டான் அறிவு.

"ஏய் செல்வி மொதல்ல அந்த போனை வாங்கு... சானிடைஸ் பண்ணு... செல்லம்மா இது சரியா வராது... நீ கௌம்பு."

"இல்லைம்மா இல்லைம்மா. அப்பனாணை அவனைக் கூட்டியார மாட்டேன்... இன்னிக்கு இத்தோட நிறுத்திக்கறேன். . இன்னும் ரெண்டே நாள். டேய் கௌம்புடா" அவனை துரிதப்படுத்தி பறித்தவற்றை எடுத்து மூட்டைக் கட்ட ஆரம்பித்தாள். அவன் செல்போனையும் சிலேட் பல்பத்தையும் ஏக்கத்தோடு பார்த்தான். செல்லம்மா அவனது கைகளை அழுத்தமாகப் பிடித்துக்கொண்டு அவனை தர தரவென இழுத்துக்கொண்டு வெளியே சென்றாள். புளியம் ஓடு மாட்டி இருந்த அறிவின் கைகளில் இருந்து கடவுளின் ஓடு உடைந்து துகள்களாக சிதறின.

(இலக்கியப் பீடம் சிறுகதைப் போட்டி 2022ல்
சிறப்புப் பரிசு பெற்ற சிறுகதை)

6. குருத்து அகம் விரித்து

‘பூம்’ என்று ஒரு சத்தம் கேட்டதே தவிர என்ன நடக்கிறது என்பதை யோசிக்கும் முன் தீயின் நாக்குகள் எழும்பி தற்காலிகக் கூரையைத் தொடுவதற்காக சினம் கொண்ட பாம்பின் சீற்றம் போல ஆங்காரத்துடன் ஆடியது. மேல் துண்டும் வேட்டியும் பற்றி எரிவதைக் கூட சற்று தாமதமாகவே உணர்ந்து கொண்ட முருகேசனை என்ன ஏது என்று யோசிப்பதற்குள் கையில் அகப்பட்ட படுதாவை எடுத்து அவன் மேல் போர்த்தி தரையோடு தரையாக உருட்டினான் கோயிந்து. அதற்குள்ளாக நெருப்பின் நீள்கரங்கள் முருகேசன் உடலில் பெரும்பகுதியைக் கருக்கி இருந்தன. முருகேசன் மூர்ச்சையாகினான்.

அதிகாலை மூன்று மணி என்பதால் கூட்டம் எதுவும் சேரவில்லை. சமையலுக்காக கூட இருந்த ஆட்கள் திபு திபுவென முருகேசனைச் சுற்றிக் குழுமினர். கொஞ்சம் பேர் நெருப்பை அவசரம் அவசரமாக அணைக்கப் போராடினர். பரிமாறுவதற்காக கொண்டு வரப்பட்ட ஆட்கள் சமையல் கூடத்தை விட்டுத் தள்ளி வெகு தூரத்தில் படுதா விரித்து அசந்து தூங்கிக் கொண்டிருந்தனர்.

சமையல் கூடத்துக்கு வெளியே நாற்காலிகளை வரிசைக் கட்டி போட்டு அதில் கண்ணசந்து இருந்த தம்பண்ணா நெருப்பு

எரிவதைப் பார்த்து பதட்டத்துடன் எழுந்து சமையலறைக்கு ஓடி வந்து கல்லையும் மண்ணையும் அள்ளிப்போட்டு தீயை அணைக்க முயற்சித்தார்.

"என்னடா ஆச்சு?" எதிர்பட்டவனைக் கேட்டார்

"எலை முருகேசனுக்கு தீ புடிச்சிகிச்சு..அங்க போங்கண்ணே."

பெரும் சரீரத்தைத் தூக்கிக்கொண்டு நெருப்பில் பட்டுவிடாமல் ஜாக்கிரதையாக நடந்து முருகேசன் அருகே மூச்சிரைக்க வந்து நின்றார்.

நெருப்பு அணைக்கப்பட்டாலும் அவனது தீய்ந்த தோலும் வெந்து சிவந்த காயங்களும் தம்பண்ணாவை உலுக்கின.

"டேய் முருகேசா என்னடா ஆச்சு.. எப்படிடா ஆச்சு..." பொல பொல வென கண்ணீர் விட்டு அழுதார் தம்பண்ணா.

"தள்ளிப் போங்கண்ணே.. அளுதா ஆறிடுமா நவுந்து நில்லுங்க.. கோயிந்து போயி 407 ஐ வரச்சொல்லு.. தனசேகரு வண்டிக்கு உள்ளதான் தூங்கிக்கிட்டு இருப்பான்... போன் கெடைக்கலை.. போவும்போது ரெண்டு பெட்ஷீட்டை எடுத்துட்டுப் போயி பின்னால விரிச்சுப் போடு" பரபரவென மேற் கூரையையும் பக்க வாட்டில் கட்டி இருந்த ஷாமியானா துணிகளையும் அகற்றினான் பத்து.

"யாரும் அவசரப்பட்டு இப்ப அவனைத் தூக்க வேணாம்,, வண்டி வந்துடட்டும் பின்னாலே பெட்ஷீட், வேஷ்டியை எல்லாம் போட்டுட்டு அப்புறமா நெதானமா தூக்கி அதுல படுக்க வச்சிக்கலாம். நவுருங்க.. நவுருங்க.. அவனுக்கு காத்து வரட்டும் .. செல்ராசு ஓடிப்போயி மளிகை சாமான் பொட்டியிலே தேன் பாட்டில் இருக்கும் எடுத்துட்டு வா.. சும்மா பேந்த பேந்த நிக்காதே.. ஓடு" பத்து பரபரப்பாக கட்டளைகளைப் பிறப்பித்தான்.

தெறித்து விழுந்திருந்த எண்ணெய், வாணல் துடுப்பு, மாவுச்சிதறல்கள் எல்லாவற்றையும் பெருமாள் எடுத்து இடத்தை சுத்தம் செய்து கொண்டு இருந்தான்.

“ஆம்புலன்ஸ்க்கு சொல்லிடலாம் பத்து.”

“வேணாம் அது வரதுக்குள்ளே நாம 407லேயே போயிறலாம். ஆம்புலன்ஸ் அடப்பா இருக்கும். காத்து வராது... நம்ம வண்டியிலேயே போயிறலாம்.”

செல்வராஜ் தேன் பாட்டிலை எடுத்து வர அதைக் கையில் வாங்கி மிகக் கவனமாக முருகேசனின் உடலில் இருந்த தீக்காயங்கள் மீது தடவினான்.

“ஊணான் எறும்பு சுத்திரும் உலாத்திக்கிட்டு இருக்கு நீ பாட்டுக்கு தேன் எடுத்துப் பூசுறே” பதறினான் பன்னீர்.

“அது பாக்கத்தான் ஆனை மாதிரி... அதும்பாட்டுக்கு பூனை கணக்கா போயிட்டே இருக்கும் ஒண்ணும் பண்ணாது” சொல்லியபடியே இன்னும் தடவினான் பத்து.

லேசாகக் கண்விழித்து உடலை அசைத்தான் முருகேசன்.

சப்தம் வராமல் சூழலுக்குச் சற்றும் பொருந்தாமல்

தீயே உனக்கொரு நாள் தீமூட்டி பாரோமோ

என்று எதையோ நினைத்துக்கொண்டு முருகேசனின் உதடுகள் முணுமுணுத்தது முருகேசனுக்கே சற்று வெறுப்பாகத்தான் இருந்தது. தீயின் உஷ்ணமோ, காயங்களின் எரிச்சலோ இன்னும் முருகேசனுக்கு உறைக்கவே இல்லை.. அவ்வப்போது தம்பண்ணா திட்டியது போல சூடு சொரணையற்ற ஜென்மம்தானோ? என்று அவனுக்கே தோன்றியது.

பத்து அவன் வலியில் முனகுவதாக நினைத்து அவன் காதுக்கு அருகே குனிந்து “முருகேசா.. கொஞ்சம் பொறுத்துக்கோ.. அந்தோமா திரும்பிப் படு.. மொள்ள மொள்ள.. இந்தா வண்டி வந்துரும்.. வந்ததும் ஆசுவத்திரிக்கு சட்னா போயிடலாம்.. ஒண்ணும் வெசனப்படாதே.. எல்லாம் செரியாயிடும்”என்று ஆசுவாசப்படுத்தினான்

புல்லட் மணியின் வண்டிச் சத்தம் கேட்டது. தம்பண்ணாதான் போன் செய்து சொல்லி இருந்தார். தற்காலிக சமையல் கூடத்துக்கு அருகில்தான் மாநாட்டுப் பந்தலில் மணி இருந்தார். விடிந்தால் மாநில அளவிலான கட்சி மாநாடு. தில்லியில் இருந்து காசிராஜ் தாக்கர் கலந்து கொள்வதால் பெரிய அளவில் எல்லா ஏற்பாடுகளையும் செய்து கொண்டிருந்தார் மணி என்கிற தெய்வ சிகாமணி. எப்பொழுதும் காரில் செல்வதை விட தனக்கு உவப்பான புல்லட்டில்தான் எங்கும் பயணிப்பதால் 'புல்லட் மணி' என அவரது திருநாமம் பரவிவிட்டது.

"சிலிண்டர் ஏதாச்சும் வெடிச்சிடுச்சா?"

"இல்லை தலைவரே.. வடைக்கு எப்பவும் வெறகு அடுப்புதான் நாம வைக்கிறது சிலிண்டர் ஓரமா அப்படி இருக்கு பாருங்க.. என்னாச்சுன்னு தெரியலை எண்ணை சட்டி குப்புன்னு பிடிச்சிகிட்டு காடாத் துணிங்க பத்திகிச்சு.. அதுல இவனுக்கு தீக்காயம்."

"இன்னும் எத்தனை பேருக்கு அடிபட்டிருக்கு?"

"நல்ல வேளை பக்கத்துலே யாரும் இல்லை.. அதனால வேற யாருக்கும் அடிபடலை..."

"அப்பா... நல்ல வேளை... இவன் பேரு?"

"இலை முருகேசன்... இலைங்கறது பட்டப்பேரு தலைவரே புல்லட் மணி மாதிரி."

புல்லட் மணி கடுப்பாக தம்பண்ணாவைப் பார்த்தார். வேறொரு சமயமாக இருந்தால் காய்ச்சி இருப்பார். புல்லட்டும் இலையும் ஒண்ணாய்யா அப்படின்னு விழுந்து பிடுங்கி இருப்பார். ஆனால் இப்ப நேரம் சரியில்லை எதுவும் திட்ட முடியாது.

407 வண்டியைப் பின்னால் ஏற்றுவதற்கு வசதியாக தனசேகர் ரிவர்ஸில் எடுத்து வந்து கொண்டிருந்தான்.

"எதுக்கு உள்ளே இந்த வண்டி வருது?"

“பக்கத்துலே 24 மணிநேர ஹாஸ்பிட்டல் இருக்காமே அங்கதான் போலாமுன்னு...”

“அதெல்லாம் ஒண்ணும் வேணாம். விஷயம் லீக் ஆயிடுச்சுன்னா அவ்வளவுதான் பத்திரிகைக்காரனுங்க ஊதி ஊருக்கெல்லாம் உலை வச்சிடுவானுங்க. எவனாச்சும் கேமராவோட இங்க வந்தானா.”

“இல்லை தலைவரே... ஆனா காயம் அதிகமா இருக்கு ஹாஸ்பிட்டலுக்கு போகலைன்னா பிரச்சினையா போயிடும்.”

“மாநாடு முடியற வரைக்கும் ஒரு அசம்பாவிதமும் நடக்கக் கூடாதுன்னு ஊர்லே உள்ள சாமியை எல்லாம் வேண்டிகிட்டு இருக்கேன்.. அந்த ஆளு தாக்கர் வேற செண்டிமெண்ட்டுக்கு பொறந்தவன்யா.. எங்க போனாலும் காரை வலப்பக்கமா நிறுத்தி எறங்கி அப்புறம் பார்க்கிங்லே கெழக்கு மேற்கா நிறுத்தச் சொல்வானாம்.. இந்த விஷயம் தெரிஞ்சுதுன்னு வச்சிக்க.. அப்புறம் சகுனம் சரியில்லை அது இதுன்னு மொறைச்சிகிட்டு போயிடுவான். தம்பு.. நேஷனல் லெவல்ல ஒரு பெரிய போஸ்ட் கெடைக்கும்னுதான் நம்ம ஊர்லே நடத்தறேன்னு வம்படியா கட்சியிலே கேட்டு வாங்கி சொந்தக்காசை எறைச்சி செலவு பண்ணிகிட்டு இருக்கேன். ஏதாச்சும் கொழப்பி வுட்றாதே.”

“அதுக்காவ அடிபட்டவனுக்கு வைத்தியம் பண்ணாமே இருக்க முடியுமா?” கோபமாகக் கேட்டான் பத்து.

“தம்பி வைத்தியம் பண்ண வேணாம்னு யாரு சொன்னது? ஆஸ்பத்திரியிலே வேணாம்யா... நம்ம பருப்பு மண்டிக்கு கொண்டுகிட்டு போங்க அங்க டாக்டரை வர வைக்கறேன்... ஆஸ்பத்திரி அது இதுன்னு களேபரம் வேணாம்னு சொல்றேன்... புரியுதா?”

வெளியில் நின்றிருந்த நபரை அழைத்து “மாரி... நீ இந்த வண்டியிலே இவங்க கூட போயி நம்ம பருப்பு மண்டி ஆபீஸ் ரூம் இருக்கில்லே அங்க கட்டிலை பிரிச்சிப்போட்டுப் படுக்க வை.”

"தம்பு.... டாக்டர் அங்க வருவாரு உங்க ஆளுங்களை இதுலே கூட்டிகிட்டு அங்க போகச்சொல்லு.. மிச்சத்தை அப்புறம் பேசிக்கலாம்... விஷயம் வேற யாருக்கும் தெரியக்கூடாது.. கௌம்புங்க" சொல்லிவிட்டு போனில் டாக்டரைத் தொடர்புகொண்டார். பின்னர் தம்பண்ணா காதில் ரகசியமாக.

"சொந்தம் பந்தம்.. சாதிசனம்னு யாராச்சும் வந்தா..."

"அவனுக்கு எல்லாமே நாந்தான்."

"சரி பாத்துக்கங்க.. எவ்வளவு செலவானாலும் நான் தரேன் பாத்துக்கலாம்."

தம்பண்ணா கையில் கொஞ்சம் பணத்தைத் திணித்தார்.

தம்பண்ணாவுக்கு சொந்த ஊர் பண்ருட்டிக்கு அருகில் திருவதிகை என்றாலும் கடலூர் மாவட்டம் முழுக்க எல்லோராலும் அறியப்பட்ட புகழ்பெற்ற சமையற்காரர். பக்கத்து மாவட்டங்களான விழுப்புரம், மயிலாடுதுறை, அரியலூர் வரை அவரது பெயர் பிரபலம். எத்தனை நபர்கள் கலந்துகொள்ளும் விழா என்றாலும் அவருக்கு பொருட்டே இல்லை. அதைவிட அறிவிக்கப்படாத வேலை வாய்ப்பு அலுவலகம் அவருடையது. எப்பொழுது யார் போய் கேட்டாலும் அவரிடம் வேலை காலி இருக்கும். கல்யாணம், மாநாடு, கோயில் விசேஷம், யோகா வகுப்புகள் என்று எல்லா நிகழ்ச்சியிலும் நீக்கமற நிறைந்திருப்பார். ஆக ஆட்களின் தேவை அவருக்கு இருந்துகொண்டே இருக்கும்.

இதே கடலூர் மஞ்சக்குப்பம் மைதானத்தில் பல மாநாடுகள், பொதுக் கூட்டங்களுக்கு பெரிய அளவில் சமைத்து போட்டிருக்கிறார். இப்பவெல்லாம் பிரியாணி குவாட்டர் இல்லாம எவன் கூட்டத்துக்கு வர்றான்?. பந்தல் எப்படியோ அப்படியே பிரியாணியும் கட்டாயமாகிவிட்டது. அதுவும் புல்லட் மணி இருக்கும் கட்சிக்கு அதிகம் ஆள் பலம் கிடையாது சோத்தைப் போட்டுத்தான் கூட்டம் கூட்டணும். அதனாலதான் வடை பாயசம்னு திமிலோகம்...

முருகேசனுக்குச் சின்ன வயசிலேயே அப்பா இறந்துவிட தாய்மாமன் தயவில்தான் வளர்ந்ததும் படித்ததும். கல்லூரிக்கு போகும் சமயத்தில் அம்மாவும் தவறிவிட மாமா நைசாக 'தபால்ல எல்லாம் படிக்கிறாங்களே அப்படி படியேம்பா' என்று கைகழுவி விட்டார். அப்படியாக படித்ததுதான் எம்.ஏ டிகிரி. வேலைக்கு எல்லாம் உத்திரவாதம் இல்லாத படிப்பு தம்பண்ணாவிடம் வேலை கேட்டு வந்த பொழுது அவர் கேட்ட முதல் கேள்வியே என்ன படிச்சிருக்கே என்பதுதான்

சொல்ல சங்கோஜப்பட்டு "அதிகம் ஒண்ணும் படிக்கலைங்கண்ணா... எழுதப் படிக்கிற அளவுதான்" என்றான்.

"எதுக்கு கேக்கறேன்னா இங்க எல்லா வேலையும் செய்யவேண்டி வரும்.. உனக்கோ சமைக்கத் தெரியாது டிரைவிங் தெரியாதுங்கறே.. பரிமாற, சுமைத் தூக்க, இலை எடுக்க இதுக்கெல்லாம் யோசனை பண்ணக் கூடாது மண்டபத்துல விசேஷம்னா இலை எடுக்க ஆளு இருக்கும் கட்சி மாநாடு, கோயில் திருவிழா இங்க எல்லாம் நாமதான் செய்யணும் பரவாயில்லைன்னா வா.. நாளைக்கே மேல்மலையனூர்ல ஒரு கோயில் ஃபங்க்ஷன்" அப்படி ரெண்டு வருஷத்துக்கு முன்னாடி அவரிடம் சேர்ந்ததுதான். தங்கவும், திங்கவும் ஒரு பிரச்சினை இல்லை..

பெரும்பாலும் வேனில் இருந்து மளிகை, காய்கறி மூட்டைகளை சமையல் அறை அல்லது ஸ்டோர் ரூம்முக்கு தூக்கிச் செல்வது, அரிசி களைதல், காய்கறி கழுவுதல் என்கிற மாதிரிதான் அவனது வேலைகள் இருக்கும்., சமயத்தில் காய்கறி வெட்டித் தருவான் ஆனால் எதிலும் அதிநிதானம். நேரத்துக்கு ஏத்த மாதிரி சடுதியில முடிக்க வராது. ஆனால் இலையை 'கட்டி'ல் இருந்து பிரித்து பதனமாக நறுக்கி காம்பு கிழித்து டிபன் இலை, சாப்பாட்டு இலை என நறுவிசாக அதிக சேதாரம் இல்லாமல் தரம் பிரித்து வைத்துவிடுவான். இலை வைக்கும் போதும் அதே நிதானம். கிழியாமல் கொள்ளாமல் பந்தியில் ஆள் பார்த்து போட்டுவிடுவான். அதனால் அந்த வேலைக்கு அவனை

விட்டால் யாரையும் அதிகம் விடமாட்டார் தம்பண்ணா.. அப்படித்தான் அவனுக்கு இலை முருகேசன் என்று பெயர் வந்தது. என்ன... இலை எடுப்பதும் அவன் வேலையாகிவிடும்..

அதுவும் பந்தி பரிமாறும் போது 'எலை... எலை இங்க வாப்பா எலை'ன்னு நேத்து வேலைக்கு வந்த பய கூட கூப்பிடும்பொழுது எரிச்சலாகும்.. ஆனால் உள்ளுக்குள் ஏதாவது ஒரு வசனமோ பாட்டோ சம்மந்தமில்லாமல் ஓடிக்கொண்டே இருக்கும் இப்படித்தான் ஒரு விசேஷத்தில் ஒருத்தன் குடித்துவிட்டு 'ஏலேய்... ஏலேய் எச்சக்கலை' என்று நக்கலாக கூப்பிட கடுப்பாக அவனருகே சென்று எதையோ சொல்ல முயற்சிக்க.. வார்த்தைகள்தான் வராமல் சதிசெய்தன.

ஆனால் உள்ளுக்குள் ஒரு குரல் அவனையே பார்த்து 'பச்சின்னு இருந்த தலை வாழை இலையை எச்சிலாக்குன எச்சக்கலை நீதாண்டா' அப்படின்னு திட்டிக்கொண்டே இருந்தது.

எச்சில் இலை எடுப்பது மாதிரி மகா கேவலமான வேலை உலகத்திலேயே இல்லை என்று எல்லா வேலைக்காரனும் தன்னுடைய வேலையைக் கடினம் என்று சொல்வது போல சொல்லிக்கொள்வான். மூடாமல் போகும் எச்சில் இலை அப்படியே மனிதனின் அத்தனை விகாரங்களையும் கொட்டி வைத்தால் போல கிடக்கும். மெத்தப் படித்து நாகரீகமாக உடை அணிந்தவர்கள் கூட ஒரு தொழுநோயாளியின் உடல் போல சாப்பிட்ட இலையை விட்டுச் செல்லும்போது முருகேசனுக்குக் கோபமாக வரும். 'அகத்தின் அழகு, தின்ன இலையில்தான் தெரியும்' என்று அடிக்கடி சொல்லுவான். ஒரு சிலர் இலையைக் கழுவி வைத்தாற்போல அத்தனை கணக்காக சாப்பிட்டிருப்பார்கள். அவர்கள்தான் இலை எடுப்பவர்களுக்கு மிகப் பிடித்தமானவர்கள். அவர்கள் பதினாறும் பெற்றுப் பெரு வாழ்வு வாழ்ந்து பல பந்திகளைக் காண பிரார்த்திப்பான்.

இன்னும் சிலர் இலை மீது காய்கறிகளை மென்று தின்று அத்தனை ஆங்காரத்துடன் காறித் துப்புவார்கள். தம்பண்ணா சொல்லுவான் "அண்ணே இனிமே... முருங்கைக்காய் சாம்பாருக்கு ஒத்துக்காதீங்கண்ணே' என்பான்

"ஏண்டா?"

"அட என்னங்கண்ணே... சண்டைக்காரனுங்க வாயில எதிரிங்க கட்டை வெரலு கெடைச்ச மாறி அப்படி கடிச்சு இலை மேல துப்புரானுங்க."

"இலை எடுக்கறவன் சாப்பிடறவனை பாக்கக் கூடாதுடா.. அதுக்குத்தான் உன்னை இலை போடச் சொன்னா, திரும்பவும் எடுக்கத்தான் அனுப்புறது.. இடையிலே எந்த பதார்த்தமும் பரிமாற அனுப்பறதில்லே..

தம்பண்ணாவுக்கு குடும்பம் குழந்தை குட்டி என்று எதுவுமில்லை.. ஆனாலும் ராப்பகலாக உழைக்கிறார். "எதுக்குண்ணே பேய் மாதிரி இப்படி ஒழைக்கறீங்க? மாசத்துக்கு நறுக்கா மூணு நாலு விசேஷம் ஒப்புத்துகிட்டு மிச்ச நாளு அக்கடான்னு வூட்டுல கெடக்காம.." என்று ஒரு நாள் கேட்டான் முருகேசன்.

"நான் மட்டும் தின்னு, தூங்கி நாளைக் கழிச்சா போதுமா? ஒன்னை மாதிரி நாலு பேருக்கு பொழப்புக்கு வழி செய்ய வேணாமா? அதுவுமில்லாம சாப்பிட்ட கை ஈரம் காயறத்துக்குள்ள தேடி வந்து 'அடடா பிரமாதம்'னு சொல்றப்ப கெடைக்கிற சோகம் இருக்கே அதுக்கு நாய் கணக்கா தேயலாம்டா" என்று அவர் சொன்ன போது மனதுக்குள் அந்த ஒற்றை வரி செய்தித் தொலைக்காட்சியில் திரும்பத் திரும்ப ஓடும் பிரேக்கிங் நியூஸ் போல ஓடி இம்சை செய்தது. கூடவே வரியை ஒலிக்கும் அந்தக்குரல் யாருடையாது என்று யோசித்து யோசித்துப் பார்ப்பான். இன்னொரு இடியாப்பச் சிக்கலை அவன் முன் கொட்டிவிட்டு அந்த கேள்வி மட்டும் சிவனே என்று மனசுக்குள் உட்கார்ந்திருக்கும்.

'அன்ன மாட்சி அனையராகி" என்கிற வரி அதற்கு மேல் நகர மறுத்து இம்சை செய்தது இதுபோல் மறந்துபோன வரிகளை நினைவுபடுத்த பள்ளி படித்த காலத்தில் அமர்ந்திருந்த டெஸ்க்கின் பெயர்ந்த மரச்சிம்பில் இருந்து முயற்சிப்பான்.. எப்படியாவது பிடிபட்டுவிடும் ஆனால் இந்த முறை ரொம்ப

சண்டித்தனம் செய்தது ரெண்டு நாட்களாக அந்த ஒற்றை வரி பல் துலக்கும் போதும், கழிவறையில் அமர்ந்திருந்த போதும் கூட குடைந்து கொண்டே இருந்தது.

கள்ளக்குறிச்சியில் ஒரு திருமண விழாவில் பந்தியில் இலை எடுத்துக் கொண்டிருக்கும்போது எதிர்பாராமல் அடுத்த வரிசையில் நாதமுனி அய்யாவைப் பார்த்தபொழுது ஒரு கணம் உலகமே தன் சுழற்சியை நிறுத்திவிட்டு அவனையே உற்றுப் பார்ப்பது போல இருந்தது. அதே சமயம் அவர் வகுப்பறையில் மண்டையில் நறுக்கென குட்டி "முண்டம், முண்டம் (அது அவர் ட்ரேட் மார்க் வார்த்தை) அடுத்த வரி ஞாபகம் வரணும்னா முதல் வரியிலே கடைசி எழுத்து மெய்யெழுத்தா இருந்தா அதையும் சேர்த்துச் சொல்லி பழகனும்னு எத்தனை தடவை சொல்லி இருக்கேன்" என்று முதுகிலும் குத்துவார்.

சட்டென அந்த வரி மெய்யெழுத்தோடு மின்னியது.

"அன்ன மாட்சி அனைய ராகித்' என்று தோன்றிய மறுகணம்

> தமக்கென முயலா நோன்தாள்
> பிறர்க்கென முயலுநர் உண்மை யானே."

என்று மிச்ச வரிகளும் பொறியில் மாட்டிய எலியை இரக்கமுள்ளவன் திறந்துவிட்டால் ஓடி வருவது போல ஓடி வந்தன. உள்ளுக்குள் ஒலித்துக் கொண்டிருந்தது நாதமுனி அய்யாவின் குரல்தான் என்று இன்னொரு குரல் ஆர்க்மிட்டீஸ் போல உள்ளே துள்ளிக் குதித்தது.

மிதமிஞ்சிய சந்தோஷத்தில் இலை எடுக்கும் அன்னக் கூடையுடன் அவர் முன் நின்றான்

"அய்யா உங்களுக்கு என்னை ஞாபகம் இருக்கா?" என்று கேட்டான். அவர் நிச்சயம் நினைவு வைத்திருப்பார் என்று சந்தேகத்துக்கு இடமில்லாமல் நம்பினான்.

"யாருப்பா?" என்றார் கண்களைச் சுருக்கிக்கொண்டே...

“நான்தான் அய்யா முருகேசன்... நைன்த் F லே உங்ககிட்டேதான் படிச்சேன்”

அவர் தாங்க முடியாத அவமானத்துடன் யாராவது பார்க்கிறார்களா என்று சுற்றிலும் திரும்பிப் பார்த்தார். சோதனையாக அவருக்கு பக்கத்தில் இருந்தவன் அவர் என்ன சொல்லப்போகிறார் என்கிற ஆவலுடன் அவரையே பார்த்துக் கொண்டிருந்தான். அவன் பார்த்துக் கொண்டிருந்தது அவரது அவமானத்தின் ரேட்டிங்கை இன்னும் அதிகப்படுத்தியது.

நாதமுனி அய்யா சாமர்த்தியமாக “அந்த வத்தக்குழம்பை இங்க வரச் சொல்லு” என்றார். சாப்பிட்ட இலைகள் பாதி நிரம்பிய அன்னக்கூடை அப்பொழுதுதான் அவன் கையில் கனத்தது. ஒரு கலெக்டரோ, டாக்டரோ இப்படி அறிமுகமானால் அவர் முகம் ஆனந்தத்தில் மலர்ந்திருக்கலாம் ஒரு இலை எடுப்பவனை எப்படி தன்னுடைய முன்னாள் மாணவன் என்று பெருமிதத்துடன் சொல்லிக்கொள்ள முடியும்? என்கிற ஞானம் தாமதமாகத்தான் உதித்தது.

அங்கிருந்து அவன் மெல்ல நகர்ந்தபொழுது ‘பெரியோரை வியத்தலும் இலமே சிறியோரை இகழ்தல் அதனினும் இலமே’ என்கிற வரியை மறுபடி அந்தக் குரல் ஜபித்தது. நிச்சயமாக அது நாதமுனி அய்யாவின் குரல் இல்லை.

வலியும் எரிச்சலும் ஒன்றோடோன்று போட்டி போட்டு அவனை வதைத்துக் கொண்டிருந்தாலும் நாதமுனி அய்யா, ஏதோ ஒரு மண்டபத்து சாப்பாட்டுக் கூடம், மக்களின் சலசலப்பு என்று மனக்கண்ணுக்குள் லஜ்ஜையின்றிக் காட்சிகள் ஓடிக்கொண்டுதான் இருந்தன

வேனின் பின்பக்கம் அவனைக்கிடத்த தூக்கியபோதுதான் தீக்காயத்தின் எரிச்சல் உயிர்போவது போல வாட்டியது.

“பெருமாள் பத்து பதினைஞ்சு வாழை இலையை எடுத்துட்டு வா. நல்லா இளசா, நீட்டா பார்த்து எடுத்துட்டு வா... என்று பத்து கத்தினான். அவன் குரலே அப்படித்தான்.

பெருமாள் ஓடிப்போயி ஒரு கட்டாகவே எடுத்து வந்தான். அதில் இருந்து இளசாக இருந்த இலைகளை எடுத்தான் பத்து. எண்ணெய் கிண்ணத்தை எடுத்து தளர அதில் ஊற்றினான். இலை முழுக்க சலும்பரத் தடவினான்.

முருகேசனின் ஆடைகளை முழுமையாகக் களைந்து விட்டு அந்த இலைகளில் கிடத்தினான். பிறகு மேலாக இரண்டு இலைகளை அழுத்தாமல் அப்படியே பாந்தமாக வைத்தான் கொஞ்சம் இதமாக இருப்பது போலத்தான் பட்டது.

“ஒண்ணும் பயப்படத் தேவையில்லைண்ணா காயம் அதிகமில்லே.. அவருதான் டாக்டரை அனுப்பறேன்னு சொல்றாரு இல்லே செரியாயிடும்” என்று ஆறுதல் படுத்தினான் பத்து.

அப்படி ஆறுதலாக பத்து சொன்னால் தம்பண்ணாவுக்கு மனம் நிம்மதியாகிவிடும்.

ஒரு கூட்டத்தில் ஏதாவது ஒரு குரல் இப்படி சப்தமாக இணக்கமாக ஒலித்தால் எல்லோருக்கும் மனம் லேசாகிவிடும்.

போர்த்திய வாழை இலை முருகேசனை ஒரு தாய் போல அணைத்துக் கொண்டிருந்தது போதுமாக இருந்தது முருகேசனுக்கு.

பந்தியில் இலை போடும்போது சில சமயம் தோன்றும் வரிகளை மனம் இப்பொழுது முணுமுணுத்தது.

> “குமரி வாழையின் குருத்து அகம் விரித்து ஈங்கு
> அமுதம் உண்க அடிகள்”

(படைப்பு சிறுகதைப் போட்டி 2022ல்
சிறப்புப் பரிசுப் பெற்ற சிறுகதை)

7. செங்காந்தள்

ஒற்றை ஆளாக கொளுத்தும் வெயிலில், கண்ணுக்கு எட்டிய வரையில் எவரும் தென்படாத பொட்டல் வெளியில் செல்வது கொடுமையாகவே பட்டது சுந்தர ராமனுக்கு... இரண்டு சக்கர வாகனம்தான் என்றாலும் பயணிப்பது அத்தனை சுலபமாக இல்லை. யாரையாவது வழியில் நிறுத்தி வீரபத்திரன் வீடு எது என்று கேட்கலாம் என்றால் மனிதர்கள் கண்ணில் பட்டால்தானே? புல்வெளிகளும் மேய்ந்து கொண்டிருக்கும் ஆடுகளும் அவ்வப்பொழுது பறக்கும் காகங்களையும், தவிட்டுக் குருவிகளையும் தவிர மனித வாடையே இல்லை.

பழனிச்சாமி சொல்லித்தான் அனுப்பினார். ஒரு வாய் தண்ணிக்கு கூட வீடு போய் சேர்கிற வரைக்கும் வழி இருக்காது. வண்டியை கிளப்பினா நிக்கிற இடம் வீரபத்திரன் வீடாத்தான் இருக்கும் அப்படின்னு.. வீரபத்திரன் யாரென்று தெரியாது. அவரது முகத்தைக் கூட இதுவரை பார்த்ததில்லை.

இத்தனை வருட கோவை நகர வாழ்க்கையில் இந்த குரும்பபாளையம் பற்றி அதிகம் கேள்விப்பட்டது கூட இல்லை. வீரபத்திரன் என்கிற ஆட்டுக்காரர் வைத்தியம் பார்ப்பார் என்கிற விபரம் கூடத் தெரியாது பழனிச்சாமிதான் சொன்னார். குரும்பபாளையம் குக்கிராமத்தில் இரண்டே இரண்டு வீடுகள்தான் இருக்கின்றன. அந்த வீடுகளில் ஒன்றில்தான்

வீரபத்திரன் இருக்கிறார் அவர் மூலிகை வைத்தியம் பார்ப்பதில் கெட்டிக்காரர் கைவிடப்பட்ட பல நோயாளிகளை அவர் காப்பாற்றி இருக்கிறார் என்று பழனிதான் சொன்னார்

இரண்டே ரெண்டு வீடு மட்டும் உள்ள ஊரா எப்படித்தான் வாழ்கிறார்கள் எப்படித்தான் சமாளிக்கிறார்கள் என்கிற ஆர்வம் கூட சுந்தரராமனை இவ்வளவுதூரம் பயணிக்க வைத்திருக்கலாம். சுந்தரராமன் துணிக்கடை அப்படி ஒன்றும் புகழ் பெற்ற கடை என்று சொல்ல முடியாவிட்டாலும், ஓரளவு எல்லோருக்கும் தெரிந்த கடைதான். வெறும் கையை வீசிக்கொண்டு கோயமுத்தூர் வந்தவன், இன்றைக்கு துணிக்கடை, நாட்டு மருந்து கடை, சிறிய அளவிலான ஒப்பந்த வேலைகள் என்று வளர்ச்சி அடைந்ததற்குக் காரணம் அவனது நுட்பமான வியாபார அறிவுதான்.

நாமெல்லாம் ஒரு மரண காரியத்துக்குச் சென்றால் துக்கத்தின் ஒரு பகுதியையாவது தலையில் ஏற்றிக் கொண்டு வீடு வந்து சேர்வோம். பார்க்கும் ஒன்றிரண்டு நபரிடமாவது இறந்து போனவரின் அகால மரணம் குறித்து ஆதங்கத்துடன் பகிர்வோம். ஆனால் சுந்தரராமன் சுடுகாடுகளில் ஒருங்கிணைத்து செயல்படும் மனிதர் எவருமே இல்லையே என்பதை கவனித்து அடுத்த சில நாட்களில் பிறப்பு முதல் இறப்பு வரையில் எல்லா காரியங்களையும் எங்கள் பொறுப்பில் விடுங்கள் என்று அதற்கான நிறுவனத்தை ஆரம்பித்துவிட்டான்.

ஆட்டுப்பட்டி ஒன்றும் அதன் எதிரே இரண்டு கூரை வீடுகளும் கண்ணில் பட்டது யாரையும் விசாரிக்க வேண்டிய அவசியம் இல்லாமலேயே அவற்றில் ஒன்றுதான் வீரபத்திரன் வீடாக இருக்கும் என்று புரிந்து கொண்டு அங்கு சென்று நிறுத்தினான்.. வீட்டின் உள்ளே தப்பட்டை சத்தம் கேட்டது. வெளியில் நின்று கொண்டு அப்படியே கவனித்தான். கண்களை மூடிக்கொண்டு முன்னும் பின்னுமாக வந்து திரும்பி ஆடிக் கொண்டிருப்பதுதான் வீரபத்திரனாக இருக்கும். சுந்தரை பார்த்ததும் கையில் இருக்கும் குச்சியால் அவனை உள்ளே வரும்படி கைஅசைத்தான் வீரபத்திரன் அமைதியாக உள்ளே சென்று நின்று கொண்டான்.

வீரபத்திரன் அடிப்பதை நிறுத்தாமல்... ஒரு கம்பளியைக் கிழே விரித்து அமரச் சொன்னான். மிகுந்த சிரமப்பட்டு கால்களை சம்மணமிட முயன்று தவித்து ஒருவழியாக அமர்ந்தான் சுந்தர்.

சில நிமிடங்களுக்குப் பிறகு தப்பட்டையைக் கீழே வைத்துவிட்டு அவனருகில் வந்து சுந்தரின் கால்களைப் பிடித்து நீட்டி வசதியாக அமர வைத்த பொழுது சுந்தருக்கு சற்றுக் கூச்சமாக இருந்தது.

“பரவாயில்லை சும்மா நீட்டுங்க... கல்லாத்தா... இவருக்கு கால்வலி இருக்கு தைலத்தை எடுத்துட்டு வா” என்றான்

அவனது மனைவியாக இருக்கக் கூடும்... குறுக்கே தொங்கவிடப் பட்ட கம்பளிப் போர்வையை விளக்கி உள்ளிருந்து வந்தாள். அவள் கையிலிருந்த தைலத்தினை வீரபத்திரனிடம் கொடுத்துவிட்டு “ஒண்ணும் பயப்படாதீங்க மேலுக்கு தடவுறதுதான்” என்று இயல்பாகச் சொன்னாள்.

“இது என்னோட பொஞ்சாதிங்க கல்லாத்தா.. போயி புளி நீரு எடுத்துக்கிட்டு வா”

“நான் யாரு... எதுக்கு வந்தேன்னு கூட கேக்கலை.”

“மனுஷங்க இப்ப எல்லாம் ஊரு பேரு தெரியாத இடத்துக்கு தேடிகிட்டு வர்றாங்கன்னா அது வைத்தியத்துக்காகத்தான் இருக்கும். அதுவுமில்லாம இங்க இருக்கறதே ரெண்டு குடும்பம்தான் பக்கத்து வூடு பறை அடிக்கறவங்க... நீங்க உக்காரும்போதே தெரியுதே உங்களுக்கு முட்டி வலி இருக்குன்னு..”

கல்லம்மா ஒரு தம்ளரில் மோர் கொண்டு வந்து தந்தாள்.

“ஓ.. புளிநீர்ன்னா மோரா?”

“ஆமா சாப்பிடுங்க.”

“அந்தக் காலத்துல எல்லாம் துணி வெளுக்கறவங்க, முடி வெட்டறவங்கதான் கிராமத்துல வைத்தியம் பண்ணுவாங்கன்னு சொல்லுவாங்க.. நீங்க எப்படி வைத்தியத்துல...?”

"ஆடு... மாடு எல்லாம் மேயுதுன்னு மட்டும்தான் நினைக்கிறீங்க.. அதுங்களுக்கு உடம்பு சரியில்லைன்னாலும் அதுங்களுக்கு எந்த இலையை சாப்பிடணும்னு தெரியும் அதைத் தேடித் தேடி ஆடுகள் எல்லாம் மேயுங்க.. ஆடு மேய்க்கறதுன்னா வெறுமே மேய்க்கறோம்னு நினைச்சுகிட்டு இருக்கீங்க அதுங்க எப்ப எதை மேயுதுன்னு எங்களுக்குத் தெரியும். இப்பவும் பசங்க மேய்க்கப் போயிருக்குங்க அவங்களுக்கே தெரியும்"

மோரை சாப்பிட்டு முடித்துவிட்டு "ஆனா நான் இப்ப இங்க வந்தது எனக்காக இல்லை எங்க அம்மாவுக்காக."

"அவங்களுக்கு என்ன?"

"குளிக்கப் போகும்போது தலையில அடிபட்டு அப்படியே ஆழ் மயக்கத்துக்கு போயிட்டாங்க ஆறு மாசம் ஆச்சு... பார்க்காத வைத்தியம் இல்லை போகாத வைத்தியர் இல்லை. ஆனாலும் அம்மா இன்னும் சுய நினைவுக்கு வரலை. அப்பத்தான் பழனிச்சாமி உங்களைப் பத்தி சொன்னார்."

"அம்மாவுக்கு என்ன வயசு?"

தன் பையில் இருந்து ஒரு புகைப்படத்தை எடுத்து அவனிடம் காண்பித்து "ம்... இவங்கதான்... அறுபத்தி அஞ்சு ஆகுது."

ஒரு கணம் அதை பார்த்துவிட்டு "ஓகோ..?" சுந்தரிடம் திருப்பிக் கொடுத்தான்.

"நீங்க கோயம்புத்தூர் பக்கமெல்லாம் வர மாட்டீங்கன்னு பழனிச்சாமி சொன்னாரு.. எங்கம்மாவுக்காக வர முடியுங்களா?"

அப்படியே சுந்தரின் கண்களை உற்றுப் பார்க்கிறான் வீரபத்ரன்

"அம்மாவுக்காக..ம்ம்ம்?" என்று ஒரு மாதிரியாக கண்களை வைத்துக் கொண்டு கேட்கிறான் வீரபத்திரன்

"ஆமாங்க.. நீங்க வர்றீங்கன்னு சொன்னா தெனம் அம்பது பேரு வர்ற மாதிரி ஏற்பாடு பண்ணிடுவேன். வர்ற போற செலவு போக கையில மிஞ்சும். ஆமா இந்த ஊர்ல ரெண்டு குடும்பம் மட்டும் எப்படி தங்கிடுச்சு? "

“எரநூறு குடும்பம் இருந்த ஊர்தான். எங்க ஆளுங்க செய்யற கம்பளி உலகமெல்லாம் போனது ஒரு காலம்.. ஆடு மேய்க்கறது எங்க தொழிலு.. குரும்பாடுன்னு சொல்றாங்கள்லே... நாங்கதான் வளர்ப்போம்.. கம்பளி எல்லாம் பெரிய பெரிய பணக்காரவங்க பளபளன்னு தயாரிக்க ஆரம்பிச்சிட்டாங்க..ஆடு மேய்க்கறது எல்லாம் எவ்வளவு நாளைக்கு கட்டுப்படியாகும்? அவங்கவங்க பொழப்புக்காக வேற வேற ஊருக்கு போவ ஆரம்பிச்சிட்டாங்க.. கட்டட வேலை, சொமை தூக்கற வேலை, வண்டி ஓட்டறதுன்னு ஆளுக்கு ஒரு வேலை.”

“அப்ப நீங்களும் போயிருக்கலாமே?”

“நான்தான் இந்த ஊர்லேயே பெரிய பணக்காரன்” மீசையைத் தடவிக்கொண்டு சிரிக்கிறான் வீரபத்திரன்.. மாசம் மூவாயிரம் சம்பாதிக்கிறேன் இப்பவும் எங்க கம்பளியை தேடி வந்து வாங்கற ஆளுங்க இருக்காங்க... பத்தாததக்கு அப்பப்ப ஆடு வாங்கிட்டு போவாங்க” சுந்தரின் கால்களை எடுத்து மடியில் வைத்துக்கொண்டான். இரண்டு கால்களின் மீதும் பரபரவென எண்ணையை தேய்க்க ஆரம்பிக்க சுந்தர் நெளியத் தொடங்கினான்

“அய்யோ கூச்சமா இருக்குங்க நானே தடவிக்கிறேன்.”

“ஆங்... இந்த எண்ணெயை தேய்க்கணும்னா மேல போட்டு இருக்கற துணி பொசுங்கணும் அப்படி சூடு பறக்கத் தேய்க்கணும் அப்பத்தான் கேக்கும்.”

சுந்தர் சற்று மெல்லிய குரலில், “நான் என்ன சாதின்னு தெரியுங்களா?”

“எனக்கும் தெரியாதுங்க நான் குடுக்கற மருந்துக்கும் தெரியாதுங்க.. எனக்கு தெரிஞ்சது மனுஷன் மருந்துக்கு தெரிஞ்சது உடம்பு.. பக்கத்து வீட்டுல இருக்கறாங்களே.. அவங்க திருவிழாவுக்கு, சாவுக்கு எல்லாம் பறை அடிக்கிறவங்க.. எந்த ஊர்ல திருவிழான்னாலும் இங்க வந்து அவங்களை கூட்டிட்டு போவாங்க.. அவங்ககிட்டதான் பறையடிக்கக் கத்துகிட்டேன்..”

“அய்ய்யே... நான் சாதி எல்லாம் பாக்க மாட்டேங்க... சும்மா ஒரு பேச்சுக்கு கேட்டேன்.”

"அப்படியா அப்படின்னா... தெருவுக்கு ஒரு அடுப்பு போதும்னு உங்க வூட்டு அடுப்பை எல்லாம் மூடிட்டு ஒண்ணா சமைச்சு ஒண்ணா சாப்பிடுவீங்களா?"

"அது... எல்லாரும் சேர்ந்துல்லே முடிவெடுக்கணும்.. நான் மட்டும் சொல்ல முடியாதுல்லே?"

"ஆனா இங்க அப்படி இல்லைங்க எங்க ரெண்டு குடும்பத்து வீட்டுல சேர்ந்து முடிவெடுத்துட்டோம் சில நாளு அவங்க வூட்டுல சமைப்பாங்க நாங்க அடுப்பை மூடி வச்சிடுவோம்.. சில நாளு எங்க வூட்டுல அடுப்பு எரியும்... நீங்க எல்லாம் ரொம்ப படிச்சவங்க.. ஒரு வீட்டுலேயே ரெண்டு அடுப்பு கூட எரியும்.. ஆமா உங்களுக்கு மூலம் இருக்குதுங்களா?"

"ஆமாங்க!"

"அதான் உக்கார சிரமப்படறீங்க... கடுக்காயைத் தூளாக்கி தண்ணியில கொதிக்க வையுங்க அப்புறம் அந்த தண்ணியை ஆறவச்சு அப்படியே ஆசன வாயில தடவிக்கிட்டே வந்தீங்கன்னா சரியா போயிடும்" கால்களை உருவி சொடுக்கு எடுக்க வலி தாங்காமல் உதறினான் சுந்தர்.

"வலி தாங்க மாட்டீங்களோ? உடம்புல கொழுப்பு சக்தி கொறைஞ்சா வலி தாங்க முடியாது... தேங்கா, முந்திரி பருப்பு, பாதாம் பருப்பு எல்லாம் தாராளமா சாப்பிடுங்க" சிரித்தபடி கால்களை நீவிவிட்டான்

சடுதியில் வலி குறைந்து நிம்மதி பரவியதுபோல இருந்தது.

"எல்லாம்தான் வெளியூருக்கு போய்ட்டாங்களே நீங்க மட்டும் ஏன் இன்னும் பிடிவாதமா இங்கயே இருக்கீங்க? வந்துடலாமே?"

"காட்டைத் திருத்திதான் ஊருங்க வந்திச்சு.. அந்த காலத்துல எல்லாம் அப்படித்தான் செஞ்சாங்க... காட்டை அழிச்சு உண்டாக்கலை. வேண்டாங்கற செடியை வெட்டி, வேணுங்கற செடியை வச்சித்தான் அப்பல்லாம் வீடுங்க வந்துச்சு... வீடு சின்னதா இருக்கும் தோட்டம் பெரிசா இருக்கும்.. பட்டணத்துல எல்லாம் வீடு பெரிசா இருக்கு தோட்டமே இல்லாமே போச்சு."

பக்கத்தில் இருந்த மூங்கில் கூடையை எடுத்து அதிலுள்ள இலைகளை காண்பித்து "இதெல்லாம் இங்க உள்ள என் புள்ளைங்க.. ஒவ்வொருத்தனும் ஒவ்வொரு வைத்தியன்... நான் தனியா இல்லை இதுங்க துணையோட இருக்கேன் இவுங்களை எல்லாம் விட்டுட்டு எப்படி வர்றது? கோயில் இல்லா ஊரில் குடி இருக்க வேண்டாம்னு நீங்க சொல்றீங்க... மூலிகை இல்லாத ஊரு மூளியான ஊருன்னு நான் சொல்லுவேன் இதை எல்லாம் வுட்டுட்டு எப்படிங்க வர்றது?"

"மூலிகை எல்லாம் ஊருக்குள்ள வளராதா..? எங்க மாடி தோட்டத்துல வச்சி வளப்போம் வாங்க."

"புள்ளைய வூட்டுல வளக்கறதுக்கும் அனாதை இல்லத்துல வளக்கறதுக்கும் வித்தியாசம் இருக்கில்லே.. நீங்கள்லாம் அடைக்கலம் குடுப்பீங்க ஆனா சொந்த புள்ளை மாதிரி பார்த்துக்க மாட்டீங்க.. இது அவங்க சொந்த மண்ணு அதுங்க கூட்டாளிங்க கூட,, ரத்த சொந்தங்க கூட அதுங்க பாட்டு வளரும்.. புடுங்கி வேற எங்கயோ நட்டா அதுங்களை கவனிக்கலைன்னா துடிச்சு போயிடும்."

"அப்ப எல்லா ரகசியத்தையும் நீங்க யாருக்கும் தெரியாம பத்திரமா வச்சுக்கணும்னு நெனைக்கறீங்க?"

"இல்லைங்க எல்லாம் புத்தகமா கிடைக்குது பெரிய பெரிய கட்டடம் கட்டி அதுல எவ்வளவு பேரு அந்த புத்தகங்களைப் படிக்கிறாங்க.?. ரகசியமா வச்சிக்க முடியுமா? உங்களுக்கு தேய்ச்ச எண்ணை இருக்கே அது கார்த்திகை பூ வேர்ல செய்யறது.. அந்த பூ பாக்கறதுக்கு திகுதிகுன்னு தீ கொளுந்து விட்டு எரியற மாதிரி இருக்கும். அதனால செங்காந்தள்னு இன்னொரு பேரு சொல்லுவாங்க அதுல தேன் நிறைய இருக்கும் அதனால அந்த பூவை சுத்தி எப்பவும் வண்டுங்க, தேனீங்க சுத்திக்கிட்டே இருக்கும். மத்த பூவெல்லாம் வாடினாக்கா உதிர்ந்து போயிடும் ஆனா செங்காந்தள் உதிராது. எல்லா மூலிகையையும் கவனிச்சு பார்த்தீங்கன்னா மறக்காது சுலபமா ஞாபகம் வச்சிக்கலாம். ஆனா கவனிக்க மாட்டேங்கறீங்க."

"ஓ அப்படியா? எங்க கண்ணுக்கு அதெல்லாம் தெரியறது இல்லே சரி எண்ணெய்க்கும், தேய்ச்சு விட்டதுக்கும் எவ்வளவு காசுன்னு சொன்னீங்கன்னா..."

"வைத்தியத்துக்கு காசு வாங்கறது இல்லைங்க."

"இவ்வளவு பெரிய வித்தையை கையில வச்சுகிட்டு இந்தக் குடிசையில சிரமப்பட்டுகிட்டு இருக்கீங்க.. கோவைக்கு வாங்க எங்கிட்ட கடை இருக்கு அங்க உக்காந்து வைத்தியம் பாக்கலாம். மாசம் பத்தாயிரம் தர்றேன்.. தங்க இடமும் தர்றேன்."

"வேணாங்க... இதைவிட லாபம் அதிகம் வரும்னு தெரிஞ்சு எனக்கு ஒருத்தன் இருவதாயிரம் தர்றேன்னு சொல்லுவான் அப்புறம் நான் உங்களுக்கு துரோகம் பண்ணனும்.. அப்புறம் நீங்க என்னை அழிக்க இன்னொருத்தனை கண்டுபிடிச்சு அவனுக்கு ஆசை காட்டணும்.. அப்புறம் அதிக லாபம் வரணுமேன்னு குட்டைத் தண்ணியை பிடிச்சு பாற்கடல்ல கடைஞ்ச அமிர்தம்பான்.. நான் அவனை மிஞ்ச வேற ஒரு தில்லு முல்லு பண்ணனும் .வேணாங்க... நான் வூட்டுல உள்ள புள்ளைங்களையும் கெடுக்க விரும்பலை... தோட்டத்துல உள்ள புள்ளைங்களையும் அழிக்க விரும்பலை... கல்லாத்தா... இவருக்கு ஆவாரம் தேத்தண்ணி குடு.. சாப்பிட்டுட்டு கிளம்புங்க."

"உங்க விருப்பம்... அப்புறம் எங்க அம்மாவுக்கு ஆழ்மயக்கம்னு சொன்னேனே அதுக்கு மருந்து தர மறந்துட்டீங்களே?"

ஒரு கணம் அப்படியே அவனைப் பார்த்து பெருமூச்சுவிட்டான் வீரபத்திரன்.

"அந்த அம்மாவோட படத்தை காமிச்சீங்களே அது அவங்க சாவறதுக்கு ரெண்டு நாளைக்கு முன்னாடி எடுத்ததா?"

சுந்தர் அப்படியே திகைத்து நின்றான்.

"எப்படி நீங்க..?"

"அவங்க கண்ணு சொல்லிச்சு.. உயிர் இங்கதான் ஒட்டிக்கிட்டு இருக்கு... இன்னும் ஒரு நாளோ ரெண்டு நாளோதான்னு சொல்லுது அவங்க கண்ணு... அம்மாவைப் படம் பிடிக்க

மறந்து, அய்யோ சாவப்போறாங்களேன்னு கடைசி நேரத்துல எடுத்திருக்கீங்க போல. நாடி பாக்கணும்னு அவசியம் இல்லைங்க... பழனிச்சாமி சொன்னாருங்களா? நான் முகத்தைப் படிச்சு வைத்தியம் பண்ணுவேன்னு.. சரிதானான்னு சோதிச்சு பார்த்துட்டீங்க"

"என்னை மன்னிச்சுடுங்க..."

"அப்படியே உங்க சாதி என்னன்னு கேக்கற மாதிரி என்னோட சாதியை என் வாயால வரவழைக்கப் பாத்தீங்க போகட்டும் விடுங்க... வியாபாரத்துக்கு நான் சரியா வருவேனான்னு பார்த்தீங்க.. நானே சொல்லிடுறேன்.. நான் சரி வர மாட்டேங்க.. வைத்தியத்தையும் , வைத்தியம் பண்றவனையும் வியாபாரமா ஆக்குனதாலதான் புதுசு புதுசா இவ்வளவு வியாதிங்க.. அப்புறம் அந்த செங்காந்தள் பூ இருக்கே அதுக்கு இன்னொரு பேரு இருக்கு கண்ணு வலி பூ.. ரொம்ப நேரம் அதையே உத்து பாத்தீங்கன்னா கண்ணு வலி வந்துடுமாம். உங்க கண்ணு வியாபார கண்ணு... நாங்க எல்லாம் செங்காந்தள் மாதிரி.. ரொம்ப உத்து பாக்காதீங்க கௌம்புங்க.. கல்லம்மா அந்த எண்ணையை கொஞ்சம் இவருக்கு ஊத்தி குடும்மா" எழுந்து துண்டால் தரையைத் விசிறித் துடைத்தான் .

ஒரு நேர்முகத் தேர்வில் முதன் முறையாக நேர்முகம் செய்தவரே தோற்றுப்போனது இன்றுதான் என நினைத்துக் கொண்டான் சுந்தர்ராமன் தளர்வான நடையுடன் வீட்டை விட்டு வெளியே வந்து வண்டியைக் கிளப்பினான். அது அகால வேளையில் காதை பிடித்து இழுத்ததும் கத்தும் கழுதையின் குரல் போல ஒலித்தது... அந்தச் சத்தம் அமைதியான காற்று வெளியினை கிழிப்பது போல கொடூரமாக கேட்டது.

(நன்னன் குடி சிறுகதைப் போட்டி 2021ல்
முதல் பரிசு பெற்ற சிறுகதை)

8. சலஞ்சலம்

கயல் என்று பெரிதாக எழுதப்பட்ட வள்ளத்தில் இசக்கியும் அவனது குழுவும் ஏறியபோது அதிகாலை மணி ஆறாகி இருந்தது, கடல் மிக சாதுவாக தள்ளாடிக்கொண்டிருந்தது. கரையில்தான் அலையின் ஆர்ப்பாட்டமும் ஆரவாரமும். மற்றபடி குறிப்பிட்ட தூரம் போனால் ரொம்ப சமர்த்துப் பிள்ளையாக இருக்கும். அதுவும் அதிகாலை நேரத்துக் கடல் தீராத தனிமையின் துயரம் ததும்ப பூமியின் மேலே கண்ணாடித் திரவம் போல மிதந்து கொண்டிருக்கும். ஊர்ப் பெரியவர்கள் எல்லாம் ”பேசாம கெடக்குற பூதத்தைக் கூட நம்பிடலாம்.. ஆனா கம்முன்னு கெடக்கற கடலை நம்பாதே.. கௌம்புச்சின்னா அஞ்சாளு ஒசரத்துக்கு எகிறும்.”. என்று எச்சரிப்பார்கள்.. இளந்தாரிகள் அதை எல்லாம் கேப்பார்களா?

ஏர் கம்ப்ரசர் மற்றும் அதனோடு இணைக்கப்பட்ட நூறு மீட்டர் நீளமுள்ள குழாய், மாஸ்க், காலிலும் கைகளிலும் அணிய அலுமினியத் தட்டுக்கள், சங்கு பொறுக்கி வைத்துக் கொள்ள இடுப்புக் கச்சா, மணலில் பற்றிக்கொள்ள ஊன்று கம்பிகள், ஜிபிஎஸ் கருவி, இரண்டு வேளைக்கான கஞ்சி, தண்ணீர் சகிதமாக இசக்கியின் குழு சங்கு குளிக்கக் கிளம்பியது.

இசக்கியின் அண்ணன் துரை, பெரியப்பா மகன்கள் முகுந்தன், சுப்பிணி, அப்புறம் அத்தைப் பிள்ளைகள் பாண்டியன், நொண்டிவீரன் என இந்த அறுவர் குழு எப்பொழுதும் பிரிவதே இல்லை. எப்படிப் பார்த்தாலும் இருபத்தி அஞ்சு வயசு துரைதான் அந்தக்குழுவில் மூத்தவன்.

“மாப்ளே... அம்பா பாட்டு ஒண்ணு எடுத்து வுடு... இன்னும் ரெண்டு மணி நேரமாவது ஆவும்” என்று துரை நொண்டி வீரனை உசுப்பினான். கால் கொஞ்சம் தாங்கி நடந்தாலும் வீரனுக்கு கணீர் என்று குரல் வளம்..

நானிட்ட வாளை நல்ல சமத்தன்
கோழைப் பயலே தீவட்டி தடியா
உனக்கா எனக்கா பல்லாக்கு
தனக்கா இல்லே சரணம் சொன்னேன் வாராய்

ஆரம்பித்தது என்னவோ வீரன்தான் என்றாலும் பாண்டியனும் துரையும் ஆளுக்கொரு பாட்டை அடுத்தடுத்து பாட.. சுப்பிணி அலுமினியத் தட்டுக்களை வைத்துக்கொண்டு உற்சாகமாகத் தாளமிட ஆரம்பித்துவிட்டான் அவ்வளவுதான் அங்கே ஒரு கச்சேரி அறிவிக்கப்படாமல் களை கட்டியது.. நடுநடுவே காலை உணவு வயிற்றுக்குள் போனபடி இருந்தது.

சட்டென்று பாடுவதை நிறுத்திய துரை “மாப்ளே நட்சத்திர மீனு ஒண்ணு அப்படியே மெலுக்கா மேல வந்துட்டு உள்ளே போயிடுச்சு.. நிச்சயம் இங்க சங்கு இருக்கும்.. வள்ளத்தை நிறுத்து சொல்றேன்.”

”மெய்யாலுமா?”

“அட ரெண்டு கண்ணால பார்த்தேங்கறேன்...”

“இரு இரு அவசரப்பட்டு நிறுத்தாதே... அங்க ஒரு வள்ளம் எதுத்தாப்புல வருது பாயிண்ட்டை மார்க் பண்ணிக்க அவனுங்க கண்ணுல பட்டுச்சுன்னா நமக்கு போட்டியா இறங்குவானுங்க”

ஜி.பி.எஸ். கருவியில் அந்த இடத்தை சரியாக குறித்துக் கொண்டார்கள்.

"யாருடா அவனுங்க.. உவரியா?"

"கிட்ட போனாத்தான் தெரியும்.. வள்ளத்தை மொள்ளமா ஓட்டு.." எதிர் வள்ளத்துக்கு கொஞ்ச நேரம் போக்கு காட்டிவிட்டு அவர்கள் இடம் மாறியதும் மறுபடி அந்த இடத்திற்கே வந்தார்கள்.

வள்ளம் நிலைநிறுத்தப் பட்டது. உடலில் மருந்தைத் தடவிக் கொண்டனர். அலுமினியத் தட்டுக்களை காலில் கட்டியபடியே பாண்டியன் கேட்டான்

"ஏண்டா மாப்ளே... தாணுமலைக்கு இன்னும் எவ்வளவு பாக்கி இருக்கு?"

"என் கணக்கு முப்பதினாயிரம்... தாயோளி... வட்டி கிட்டின்னு எவ்வளவு குட்டி போட்டு வச்சிருக்கானோ தெரியல... தோளுல தூக்கி வெளையாட ஒரு குளுவான் கெடையாது... வட்டியை ம்ட்டும் தவறாம குட்டி போட வச்சிடறான்" என்று துரை சொன்னதும்,

எல்லா வலிகளையும் மறந்து சிரிப்பொலி பரவியது

"ஆனாலும் அவனைவிட்டா நம்மளை நம்பி வேற யாரு பணம் தருவா? சங்குக்கும் அவனைப் போல வெலை தர இந்தத் தூத்துக்குடி ஜில்லாவிலேயே ஆளு இல்லை.. எல்லாப் பயலுகளும் ஏமாத்துக்காரப் பயலுக.. இவன் ஒருத்தன்தான் கேட்டதுக்கு மேலே அள்ளித் தருவான்."

உடலை கடல் நீர் அலைக்கழிக்காமலும், எகிறி மேலே வராமலும் இருக்க இடுப்பில் இரும்புச் சங்கிலிகளைக் கட்டிக் கொண்டனர். கச்சா பிறகு ஊன்று கம்பி, மாஸ்க் அணிந்தபிறகு அம்பாவை வணங்கினர். சுவாசக்குழாயை பொருத்தி விட்டு கம்ப்ரசரை முடுக்கிவிட்டனர்.

அது தபதபவென சப்தமிட ஒவ்வொருவராக குதித்தனர்.

கடலோடிகள் என்கிற பெயர் சங்கு குளிப்பவர்களுக்குத்தான் ஒரு எழுத்து பிசகாமல் பொருந்தும். கடலுக்கு கீழே தண்ணீரின் அத்தனை வலுவையும் எதிர்த்து மணலின் அழுத்தத்தை உந்தி சங்கு கிளற அவர்கள் ஓடும் ஓட்டத்தை எத்தனை குதிரைசக்தி என எப்படி வரையறுத்து அளப்பது? கடலின் ஆழத்துக்குச் சென்று அடிமணல் காலில் பட்ட பிறகு இரு கைகளிலும் உள்ள ஊன்று கம்பிகளை மணலுக்குள் ஊனிவிட்டால், அப்புறம் அவர்கள் ஓட்டம் நிற்காது,

இரண்டு கால்களாலும் மணலைச் சரித்துச் சரித்து காலில் தட்டுப்படும் சங்குகளை லாவகமாக எடுத்து இடுப்பு கச்சாவில் சேமித்தபடியே இருப்பார்கள். ஒரு பக்கம் ஆடா திருக்கை வந்து கடிக்குமா இல்லை பாம்புகள் வந்து கொத்துமா என்று கவனமாக பார்த்தபடியே சங்கு கிளற வேண்டும். சமயத்தில் ஒன்றரை மணி நேரத்தில் கச்சா நிரம்பிவிடும்.. நாள் சரியில்லை என்றால் மூணு மணிநேரம் ஆனாலும் நிறையாது... அதுக்கு மேல் தாக்குப் பிடிக்க முடியாது.. அன்றைக்கும் அப்படித்தான் கால் மணி நேரம் சரித்தால் ஒன்றிரண்டு சங்குகள்தான் தேறின... மூணு மணி நேரத்துக்கு உயிர் போக சரித்ததில் ஆளுக்கு பதினைந்து முதல் இருபது சங்குகள்தான் கிடைத்தன. உயிருள்ள சங்குகளை அவர்கள் எடுப்பதில்லை.. அது சாமி குத்தம் ஆகிவிடும். செத்து சில வருடங்கள் ஆன சங்குகள்தான் கழுவவும் பாலீஷ் போடவும் எளிது என்பதால் வியாபாரிகளும் அதற்குத்தான் விலை அதிகம் தருவார்கள்...

சங்கு எடுக்க ஒரே இடத்தில் குதித்தாலும் தனித்தனியாக பிரிவதில்லை.. அருகருகேதான் சங்கு எடுப்பார்கள். அண்ணன் தம்பியும் அத்தை மகன்களும்தானே ஆபத்துதவிகள்..

மூணு மணி நேரம் ஓயாமல் கால்களால் மணலை சரிப்பது ஒன்பது மணி நேரம் கரையில் ஓடுவதற்குச் சமம்.. அவர்களது தொடைகளும், இடுப்பும் இற்றுப் போயின. கால் நரம்புகள் இறுகி முறுக்கி அறுந்து விடுமோ என்கிற அளவுக்கு கடினமாகின.

குழாய் மூலம் சுவாசிப்பது அசூசையாகவே இருந்த்து என்னவோ தீவிர சிகிச்சைப் பிரிவில் அனுமதிக்கப்பட்டு உயிருக்குப் போராடும் இறுதிகட்ட நோயாளியின் மனநிலையைத் தவிர்க்கவே முடியாது.

நகர்ந்து, நகர்ந்து சங்கு கிளறும் ஆவலில் துரை மட்டும் அவர்களின் வரிசையிலிருந்து விலகிச் சென்றுவிட்டான். ஊன்று கம்பிகளை ஆர்வக் கோளாறில் அவனை அறியாமல் இடம் மாற்றியதில் இடைவெளி அதிகமானது தெரியாமல் போயிற்று.

கடைசியாக ஒரு தள்ளல் என்று மனசுக்குள் நினைத்தபடி அவன் இன்னும் நகர்ந்தபோது ஊன்று கம்பி தடுமாறிக் கை நழுவ அப்படியே அவன் குப்புற விழ முகத்திலிருந்த மாஸ்க் ரெகுலேட்டருடன் கழன்று விழுந்தது. விபரீதம் புரிந்து அவன் கைகளை ஆட்ட அவனைக் கவனிக்கும் நோக்கம் இல்லாமல் மற்றவர்கள் கீழே குனிந்து சரித்துக் கொண்டிருந்தனர். அவன் எழுப்பிய குரல் அவனுக்கே கேட்காதது போல இருந்தது.

திரும்பவும் மாஸ்க்கை எடுக்க முயன்றபொழுது அது கைக்கு அகப்படாமல் போக்குக் காட்டியது. இன்னும் சில நிமிடங்கள்தான் தாக்குப் பிடிக்க முடியும் என்கிற நிலை வந்தபொழுது தண்ணீர் மெல்ல அவன் வாய் வழியாகவும் மூக்கு வழியாகவும் நுழைய ஆரம்பித்தது. நல்ல வேளையாக முகுந்தன் எதேச்சையாக பார்க்க அத்தனை பேரையும் அணைத்து அவன் பக்கம் திருப்பினான். பாண்டியன் அப்படியே துரையை கையில் ஏந்திக்கொள்ள முகுந்தன் மாஸ்க்கைப் பிடித்து அவனது முகத்தில் மாட்டினான். இருந்தாலும் துரையின் கண்கள் செருகின... மூச்சுத் திணறியது... அத்தனை பேரும் அவனைத் தாங்கிப் பிடித்து மேலே எழும்பினார்கள்.. எத்தனை பதட்டம் இருந்தாலும் அவர்களின் இயக்கம் கடலில் ஒரு போதும் தடுமாறியதே இல்லை. விரைவாக வள்ளம் இருக்கும் இடத்தை அடைந்தார்கள். துரையை வள்ளத்தில் படுக்க வைத்து தண்ணீரை வெளியேற்றினார்கள். வழக்கத்தைவிட வேகமாக கரையை நோக்கிப் பறந்தது வள்ளம்.

“என்னது சலஞ்சலம் சங்கு வேணுமா?” அதிர்ச்சியில் உறைந்தான் ராமநாதன். சிறிது நேரத்துக்குப் பிறகு நிதானத்துக்கு வந்தவன் “எந்த ஊரு சாமி இவங்க?”

“இமாச்சல பிரதேசமாம்.. குளு குளுன்னு இருக்குமே அங்கோர்ந்து வர்றாங்க. நம்ம சீனுதான் கூட்டிட்டு வந்திருக்கார். நீ சொல்லுண்ணே” அழைத்துக் கொண்டு ராமநாதன் இருக்கும் இடத்தை அடையாளம் காட்ட வந்த சவரிமுத்து அவர்களை விட்டுவிட்டுச் சிட்டாகப் பறந்துவிட்டான்.

டப்பிங் படத்தில் கராத்தே சண்டை போடும் ஜப்பானிய முகம் அவருக்கு. கூட வந்த பெண்மணி நியூஸ் ரீலில் அமைச்சர்களின் வருகையின் போது இடுப்பில் கை கோர்த்து ஆடுவார்களே அது போல காதுகளிலும் மூக்கிலும் வளையங்கள் அணிந்திருந்தாள். மாராப்புச் சேலையை மாற்றிப் போட்டிருந்தாள். காலை வெயிலில் இருவரும் இளமஞ்சள் நிறத்தில் மின்னினர்.

சீனு அந்த அன்னியரின் கைகளை ஆதரவாகப் பிடித்து “இவரு பேரு சுதீர் குமார் வாலியா இவங்க அவரோட மனைவி கம்பாரி தேவி. ஹிமாச்சல் பிரதேஷ் லாஹோல்லேர்ந்து வந்திருக்காங்க. கொல்லத்துலேர்ந்து பாலகிருஷ்ண ஜோசியர் அனுப்பி இருக்கார் அவருகிட்ட பிரசன்னம் பாக்க வந்திருக்காங்க. அவருதான் இவங்க ஜாதகத்தைப் பார்த்துட்டு ஏழு ஜென்ம பாவம் ஒண்ணு சுத்திக்கிட்டு இருக்கு அந்த தோஷத்தைப் போக்கனும்னா சலஞ்சலம் சங்கை வீட்டுல வச்சி பூஜை செய்யனும்னு சொல்லி இருக்கார்”

“அவரு பாட்டுக்கு சொல்லிட்டா ஆச்சா... சலஞ்சலம் சங்கு அவ்வளவு சீக்கிரம் கிடைக்கிற விஷயமாய்யா.? வைரம்யா. வைரம்... முன்னாடி சொல்லி வைக்கணும் கிடைச்சப்புறம் தகவல் அனுப்புவாங்க.. அப்புறமாத்தான் புறப்பட்டு வரணும் இப்படி பொசுக்குன்னு வந்தா எப்படி?”

சீனு அதை அப்படியே மொழிபெயர்த்து அவர்களிடம் சொன்னான். இருவரும் கை கூப்பினார்கள். அவர்களது மொழியில் ஏதோ சொன்னார்கள்

"ஏற்கனவே அவங்க ஊரைவிட்டு வந்து பதினேழு நாள் ஆச்சாம். தும்கூர் எர்ணாக்குளம்னு சுத்தி இப்பத்தான் பாலகிருஷ்ணனை பிடிச்சி இருக்காங்க.. கல்யாணம் ஆகி 13 வருஷம் ஆயிடுச்சு குழந்தை இல்லை.. டாக்டருங்க ஒண்ணும் பிரச்சினை இல்லை எல்லாம் சரியாத்தான் இருக்கு. நேரம் கூடலை.. அப்படிங்கறாங்களாம்.. அவங்களோட ஒரே நம்பிக்கை இந்த சங்குதான்.. பாலகிருஷ்ணன் இங்க மட்டும்தான் கிடைக்கும்னு சொல்லி அனுப்பி இருக்காரு. எப்படியாச்சும் மனசு வைங்கன்னு சொல்றாங்க..."

"எங்க தங்கி இருக்காங்க?"

"இனிமேதான் ரூம் பாக்கணும்."

"நீ இடம் பாத்து தங்க வை.. நான் தாணுவைப் பார்த்துட்டு வர்றேன்.. இருக்கும்னு உறுதியா சொல்ல முடியாது ஆனா தாணுவை விட்டா அவ்வளவு வெலை ஒசந்த சங்கு வேற யாருகிட்டேயும் வெலைக்கு வராது... எப்படியும் இருவது முப்பது லட்சம் ரூவா கூட ஆவும்.. சொல்லி இருக்கியா?"

"அதெல்லாம் பாலகிருஷ்ணனே விவரமா சொல்லித்தான் அனுப்பி இருக்காரு.. அப்புறம் ஒரு வாமவர்த்தி சங்கும் வேணுமாம்..."

"வாமவர்த்தியா அப்படின்னா?"

"அதாம்பா ஊதுற சங்கு இடம்புரி சங்கு,, பூஜை அறையில அதை ஊதிட்டு அப்புறமாத்தான் சலஞ்சலம் சங்குக்கு பூஜை பண்ணணும்"

"அது கெடைக்கும்பா அதுல ஒண்ணும் பிரச்சினை இருக்காது" சொல்லிவிட்டு நகர்ந்தான் ராமநாதன்.

மதியம் ஒரு மணிக்கெல்லாம் ராமநாதனிடமிருந்து ஃபோன் வந்தது.. "சீனு.. நான் தாணுகிட்டே பேசிட்டேன்.. அவன்கிட்ட சலஞ்சலம் வகையறாவே இல்லையாம் ஆனாலும் பார்ட்டியை நேரா பாக்கனும்னு சொல்றான்.. அட்வான்ஸ் கொடுத்தா

எங்க இருந்தாலும் தேடிப் பிடிச்சுக் கொண்டு வரேங்கறான். சில சமயம் வச்சிகிட்டு கூட ஆவாட்டுவான்.. சண்டாளன்.. அவன் என்ன நினைக்கிறான்னு கடவுளுக்குக் கூடத் தெரியாது.. எமகண்டம் முடிஞ்சதும் தாணுவோட கமிஷன் மண்டிக்கு அவங்களை கூட்டிட்டு வந்துடு" எனச் சொல்லிவிட்டு பட்டென்று போனை வைத்தான்.

தாணு சொல்வதில் எத்தனை சதவிகிதம் உண்மை இருக்கும் எத்தனை சதவிகிதம் போய் இருக்கும் என்று யாராலும் கண்டுபிடிக்க முடியாது. பேச்சில் சமர்த்தன். அவனோடு உரையாடும் போது அதிர்ச்சிகளுக்குத் தயாராக இருக்க வேண்டும். சமயத்தில் அது இன்ப அதிர்ச்சியாகவும் இருக்கலாம்.. ஆனாலும் நம்பியவர்களைக் கைவிடமாட்டான்.

மூன்று மணியைத் தாண்டியவுடன் தாணுவின் மண்டிக்குச் சென்றார்கள். தாணு எப்பொழுதும் போல காவி ஜிப்பா.. கழுத்தில் ஏகப்பட்ட மணிகள், நெற்றியில் அளவெடுத்து வரைந்த்து போன்ற நாமம்.. கைகளில் வண்ண வண்ண கயிறுகள். அதில் தொங்கியபடி கிருஷ்ணரின் உருவம் பொறித்த டாலர்.. தாடையில் செல்லமாக முளைத்தது போல சிக்கனமான தாடி.. என்று அவன் உருவம் மாறுவதே இல்லை.. அவனுக்கு மட்டும் வயதாவதே இல்லையா என்றுகூட சீனுவுக்குத் தோன்றும். சீனு எப்பொழுதோ ஒரு முறைதான் சந்திப்பான் ஆனால் அவன் எப்பொழுதுமே மாறாத அதே உருவத்துடன் இருந்தான். கீழே தரையின் மீது தடிமனான மெத்தை ஒன்றை அறை நிரம்பும் அளவுக்கு விரித்து அதில் புன்னகையுடன் அமர்ந்திருந்தான்.

"வாங்க கிருஷ்ணா... வாங்க.. உக்காருங்க..." கிருஷ்ணா அவனது ட்ரேட் மார்க் சொல் எல்லோரையும் கிருஷ்ணா என்றுதான் அழைப்பான்.

சீனு அமர்ந்தவுடன் நேரடியாக விஷயத்துக்கு வந்தான்."ராமநாதன் சொன்னாரா?"

"அதெல்லாம் அற்புதமா சொன்னார்... மொதல்ல என்ன சாப்படறீங்க? அதைச் சொல்லுங்க."

"நீங்க சலஞ்சலம் இருக்குன்னு சொன்னா விருந்து சாப்பிட்ட மாதிரி."

அவ்வளவுதான் தாணு பலமாகச் சிரிக்க ஆரம்பித்தான்.. நீண்ட நேரம் நிறுத்தவே இல்லை. பிறகு "ஆயிரம் சிப்பிகள் கூடும் இடத்தில் ஒரு வாமவர்த்தி சங்கு கிடைக்கும். ஆயிரம் வாமவர்த்தி கூடும் இடத்தில் ஒரு வலம்புரிச் சங்கு கிடைக்கும். ஆயிரம் வலம்புரிச் சங்கு கூடும் இடத்தில்தான் ஒரு சலஞ்சலம் கிடைக்கும்.. ஆயிரம் சலஞ்சலம் கூடும் இடத்தில்தான்.. ம்.. என்ன கிடைக்கும்?"

என்று ஒரு பள்ளி ஆசிரியர் போல அவர்களைப் பார்த்துக் கேட்டான். அனைவரும் திரு திரு வென விழித்தனர்

"ஒரு பாஞ்சஜன்யம் கிடைக்கும். அந்த பாஞ்சஜன்யம் உலகத்திலேயே ஒருத்தர் கிட்டதான் இருக்கு... யாருகிட்டே?"

பலமாகச் சிரித்தான். "கிருஷ்ண பரமாத்மாகிட்ட.."" மறுபடியும் வெடிச் சிரிப்பு.

"இப்பப் புரியுதா... சலஞ்சலம் எத்தனை அபூர்வம்னு" அவனது ஒவ்வொரு கேள்விக்கும் நிறுத்தி நிதானமாக மொழிபெயர்ப்பதற்குள் விழிபிதுங்கியது சீனுவுக்கு...

"ஆமா இவங்க எந்த ஊருன்னு சொன்னே?"

"லாஹோல் ஹிமாச்சல பிரதேசம்..."

"ஓ அப்ப லாஹோலி மொழி பேசுவாங்களா?"

"ஆமா... இப்ப நான் இவங்ககிட்ட பேசறது இந்தியிலே"

"லாஹோலி மொழி ராமாயணத்துலே.. சீதையோட அப்பா ராவணன் அப்படித்தானே?' அவர்கள் அசந்து போய் ஆமாம் என்று தலையாட்டினர்.

“கிருஷ்ணா... கிருஷ்ணா ஒவ்வொரு ஊரிலும் ஒவ்வொரு கதை.. ஆனாலும் நாம் அவரை ஒரு முகத்துடன் வணங்குகிறோம் இல்லையா?. சலஞ்சலம் நினைத்த உடன் வாங்கிச் செல்ல முடியும் என்று நினைக்காதீர்கள். ரொம்ப அபூர்வமான சங்கு.. ஏழு ஜென்மத்து பாவங்களைப் போக்கும் அதை வைத்திருப்பவர்கள் ஒரே நாள் இரவில் கோடீஸ்வரர் ஆவார்கள் செல்வம் கொழிக்கும் குழந்தைச் செல்வமும் பெருகும். பெருமாள் கோயில் வாசல்ல இருக்கிற என்னைத் தேடி வந்துட்டீங்க எப்படியும் கிடைச்சிடும்.” வந்தவர்கள் ஒருவரை ஒருவர் மகிழ்ச்சியுடன் பார்த்துக் கொண்டனர்.

“கிராம் பத்தாயிரம் இருவதாயிரம் கூட போகும்.. எடையைப் பொறுத்து விலை மாறும்.. வீட்டில் அதை தரையில் வைக்கக் கூடாது.. முடிந்தால் தங்கத் தட்டிலோ வெள்ளித் தட்டிலோ வைக்கணும்.. பூஜை செய்வதற்கு முன் வாமவர்த்தி சங்கை எடுத்து ஊதணும் அப்புறமாத்தான் சலஞ்சலம் சங்குக்கு பூஜை பண்ணனும்.”

இருவரும் தலையாட்டினர்.

“இப்ப ஊருக்குப் போங்க... கிடைச்சதும் தகவல் சொல்றேன் அப்ப கேஷா எடுத்துட்டு வந்து வாங்கிக்கங்க”

“இப்ப கிடைக்காதுங்களா?”

“சான்ஸே இல்லே... கீழக்கரையிலே மரைக்காயர் ஒருத்தர்கிட்ட பேசினேன் அவரு கண்டிப்பா ஏற்பாடு பண்ணித் தரேன்னு சொல்லி இருக்கார்”

ஏமாற்றத்துடன் ஒருவரை ஒருவர் பார்த்துக் கொண்டனர். அப்பொழுது வெளியே முகுந்தனின் பதட்டமான குரல் கேட்டது. சத்தம் கேட்டு வெளியே வந்தார் தாணுமலை...

“அண்ணே கடலுக்குள்ளே துரை தண்ணி குடிச்சிட்டான்,, மூச்சு விட முடியலை நம்ம இசக்கி சுப்பிணி எல்லாம் தூக்கிட்டு ஆசுவத்திரி போயிருக்காங்க..” தோளில் இருந்த கச்சாவை

இறக்கினான். அதிலிருந்து ஒரு வலம்புரிச் சங்கை எடுத்தான்.

"அண்ணே இந்த முறை நம்ம கையிலே ஒரு வலம்புரிச் சங்கு சிக்கிடுச்சு துரையோட கச்சாதான் இது மிச்ச சரக்கை அப்புறமா எடுத்துட்டு வந்து வெலை பேசிக்கறோம் இப்ப இது எவ்வளவு எடை இருக்குன்னு பாருங்க இப்போதைக்கு ஆசுவத்திரி செலவுக்கு பணம் குடுங்க பின்னாடி ரேட் பேசிக்கலாம்."

சங்கை கையில் வாங்கும்போது தாணுவுக்கு உடல் சிலிர்த்தது.. அதை காதில் வைத்துப் பார்த்தான் கடல் அவனோடு பேசும் குரல் கேட்டது. உள்பக்க குழைவைப் பார்த்தான் இரண்டு சன்னமான கோடுகள் அழகாகத் தெரிந்தன. சலஞ்சலமேதான் சந்தேகமே இல்லை.. நடுக்கத்தைக் குறைக்க சங்கை இறுகப் பற்றினான் தாணுமலை.

சட்டென்று நிதானித்து "இதுல நாக தோஷம் இருக்கே வாங்க மாட்டானுகளே..."

"என்னண்ணே சொல்றீங்க?"

"பாத்தியா நடுவுலே ரெண்டு கோடு படமெடுக்கற நாகத்தின் பின்னந்தலையில் இருக்கறது போல..."

"அண்ணே அவன் அங்க உசிருக்கு போராடிக்கிட்டு இருக்காண்ணே"

உடனே தன் ஜிப்பாவில் கைவிட்டு பணத்தை கத்தையாக எடுத்து அவனிடம் கொடுத்த தாணுமலை "இந்தா இதை வச்சிக்க மொதல்ல அவனுக்கு வைத்தியத்தைப் பண்ணு.. எப்படியாச்சும் துரையைக் காப்பாத்திக் கூட்டிட்டு வாங்க" முகுந்தன் கையில் தாணுமலை தந்தது எப்படியும் பத்து பனிரெண்டாயிரம் இருக்கும்.

எடை மெஷினில் சங்கை எடுத்து வைத்தான் 388 கிராம் இருந்தது.

"கிராமுக்கு ஆயிரத்து இரநூறு தரலாம்.. இப்ப நான் கொடுத்த

பணம் திருப்பித் தரவேணாம் அது துரைக்கு நான் குடுத்ததா இருக்கட்டும். எத்தனை வருஷமா எனக்கு சங்கு கொண்டு வந்து தந்திருக்கான். மத்ததை அப்புறமா பேசிக்கலாம் நீ போயி அவனைப் பாரு."

குரல் தழுதழுக்க "ரொம்ப நன்றிண்ணே" என்றபடி பணத்தை எடுத்துக் கொண்டு ஓடினான் முகுந்தன்.

உள்ளே வந்த தாணுமலை "ஏம்மா நீங்க மகம் நட்சத்திரமா சிம்ம ராசியா" என்று கேட்டான்

"அட ஆமாம்" என்று ஆச்சர்யப்பட்டார்கள்.

"நான் ஒண்ணும் மந்திரவாதி இல்லைம்மா வீட்டம்மா லட்சுமிகரமா கூட வந்து நினைச்ச காரியம் நினைச்சபடி நடந்தா சிம்மராசிக்குத்தான் அந்த பாக்கியம்னு எங்கம்மா சொல்லுவாங்க. சலஞ்சலம் கிடைச்சிடுச்சும்மா"

இருவரும் சந்தோஷத்தின் எல்லைக்கே போனார்கள் வாலியா கண்களில் நீர் வழியே வானத்தைப் பார்த்து "ஹே பகவான்" என்று வணங்கினார்..

"கோடியிலே ஒருத்தருக்குத்தான் இந்த கொடுப்பினை இருக்கும்.. வெலை கிராமுக்கு பன்னெண்டு ஆயிரம் சொல்றான் 388 கிராம் இருக்குது"

சீனு "இன்னும் கொஞ்சம் கொறைச்சுக்க சொல்லுப்பா"

"கிடைச்சதே பெரிய விஷயம் இதுலே பேரம் பேசுறே அதுலேயும் இது நடுவுலே நாமம் போட்டுருக்கு திருமாலின் அருள் பெற்றது அபூர்வத்திலேயும் அபூர்வம் இதைப்பாருங்க" சங்கை அவர்களிடம் காண்பித்தான் மெய்மறந்து போனார்கள்.

வாலியாவின் மனைவி அதெல்லாம் பேரம் பேச வேண்டாம் என சீனுவுக்கு சைகை செய்தாள்

"அப்படியே அட்வான்ஸ் கொடுத்து அமுக்கிட்டேன்" என்றான் தாணு பெருமிதமாக..

"388 கிராம்னா எவ்வளவு ஆகுது" சீனு கேட்டான்.

"46 லட்சத்து 56 ஆயிரம் ஆகுது ஆறாயிரத்தை தள்ளுபடி பண்ணிக்கறேன்... ஒரு வாமவர்த்தி சங்குக்கு நீங்க காசு தர வேணாம்... அது ஃப்பிரி... திருப்தியா?" என்று கேட்க..

இரண்டு பெரும் சந்தோஷமாகத் தலையாட்டினர்.

"இருங்க சங்கை பாலிஷ் போட்டு பூஜை பண்ணித் தரேன்,," கொடவுனுக்குள் திரும்பி "டே,,, இங்க வாங்கடா இதை சுத்தம் பண்ணி பாலிஷ் போடுங்க.. அப்புறம் நாலு பூஸ்ட் பக்கத்துலே வாங்கிட்டு வாடா" சொல்லிவிட்டு இவர்கள் பக்கம் திரும்பி "சர்க்கரை கம்மியா இருக்கலாமா?"

"அரைச் சர்க்கரை" என்று சொல்ல,

"அப்படியே வாங்கிட்டு வா..." அவனை அனுப்பிவிட்டு இவர்கள் பக்கம் திரும்பி "கேஷா இருக்குங்களா?"

அவர்கள் தலையாட்டினர்... "காரிலே இருக்கு."

"கிருஷ்ணா கிருஷ்ணா. உங்களுக்கு நல்ல மனசு கடவுளின் பேரருள் பெற்றவர்கள் நீங்கள்... என் வாழ்க்கையிலேயே உங்களை மறக்க மாட்டேன்.. இத்தனை அதிர்ஷ்டசாலிகளை நான் பார்த்ததே இல்லை..."

'பூம்' என்று சங்கொலி தூரத்தில் கேட்டது.. அனேகமாக தெருமுனையாக இருக்கலாம். மீண்டும் ஒரு முறை ஒலித்த பொழுது தாணுமலை கூர்மையாக காதுகளை அந்தத் திசை பக்கம் திருப்பி வைத்துக் கேட்டான்.

சட்டென்று தாணு மலையின் உடலில் ஒரு பதட்டம் தொற்றிக் கொண்டது.. இந்த நேரத்துக்கு சங்கு சத்தம் கேட்கிறதென்றால் அது கரி மூஞ்சனாகத்தான் இருக்கும்... வாலியா பக்கம்

புன்னகையுடன் பார்த்தபடி "நீங்க சங்கு எப்படி பாலீஷ் போடுவாங்கன்னு பார்த்திருக்கீங்களா?"

இல்லை என்று அவர்கள் தலையாட்டினர்.

"கிருஷ்ணா இவங்களை உள்ளே கூட்டிட்டு போயி பாலீஷ் பண்றதைக் காமிங்க..பாக்க ரொம்ப அழகா இருக்கும் பூஸ்ட் வந்ததும் உள்ளேயே அனுப்பறேன்" சீனுவுடன் அவர்கள் உள்ளே சென்றனர். தாணுமலை வெளியே செல்ல எழுந்த போது மிகச்சரியாக பூஸ்ட் கப்புகளுடன் வாசு வந்தான்.

"டேய் தெருமுனையிலே சங்கு ஊதிக்கிட்டு வர்றது யாரு பண்ணாடி நாகலிங்கமா?"

"ஆமாண்ணே... கரிமூஞ்சன்தான்."

"போயி... அவனைத் தொரத்துடா... பெருமாள் கோயிலுக்கு பிச்சை எடுக்கத்தான் வந்துகிட்டு இருப்பான்... அவனை விடாதே... சங்கு வாங்குறவங்க அவனைப் பாத்துட்டு கிளம்பினா அவ்வளவுதான் ஒண்ணு ஆக்சிடென்ட் ஆகுது இல்லை பணத்தை தொலைக்கிறாங்க.. இல்லை.. சங்கு சுத்தமில்லைன்னு இங்க வந்து யாராச்சும் பிரச்சினை பண்றாங்க.. அவன் மூஞ்சிலே முழிச்சாலே வில்லங்கம்தான்.. இந்த ஐநூறை எடுத்துட்டுப் போயி அவன் மூஞ்சிலே விட்டு ஏறி... நம்ம கொடவுனுக்கு நேராத்தான் எப்பவும் உக்காருறான் இம்சையா இருக்கு" பணத்தை வாங்கிக்கொண்டு ஓடிய வாசு நாகலிங்கத்தை வழிமறித்தான்.

ஊதுவதை நிறுத்திவிட்டு நாகலிங்கம் அவனைப் புரியாமல் பார்த்தார். தோளில் காவி வண்ண துணிப்பை தொங்கியது. இடது கையில் ஊது சங்கு வலது கையில் பிச்சைக் காசுகளை சேகரிக்க இன்னொரு சங்கு. அவற்றுக்கு காவியால் ஆன துணி உறை.. முகம் முழுக்க பரவிக்கிடந்த தாடியும் மீசையும் இடையில் தெரிந்த கொஞ்ச முகமும் கறுத்துச் சுருங்கி விகாரமாய் காட்சி அளித்தது.

"இன்னிக்கு இங்க கோயில் வாசல்ல பிச்சை எடுக்கக் கூடாது... வேற இடம் பாரு எங்க வியாபாரம் கெடுது" வாசு மிரட்டும் தொனியில் உரக்கக் கூறினான்.

"இன்னிக்கு சனிக்கிழமை தம்பி பெருமாள் கோயிலுக்கு இன்னிக்கு ஒரு நாள்தான் கூடம் வரும் பொழப்பைப் கெடுக்காதே ராசா... வழிவுடு."

"என்ன ஒரு நூறு ரூபா சம்பாதிப்பியா? இந்தா எரநூறு ரூபா வச்சிக்க.. அண்ணன் நூறு ரூவாதான் குடுக்கச் சொன்னாரு. நான் பாவம் பாத்து எரநூறா தரேன்.." இரண்டு நூறு ரூபாய் நோட்டுக்களை அவனது சங்கில் போட்டான்.

"இன்னிக்கு இடத்தை விட்டா அப்புறம் நாளை பின்னே அங்க பிச்சை எடுக்க எங்க ஆளுங்க விட மாட்டாங்க தம்பி."

"அடிங்க... சொல்லிக்கிட்டே இருக்கேன் திருப்பி திருப்பி சொன்னதையே சொல்லிக்கிட்டு இருக்கே,, ஓடுடா.." அவன் முதுகில் கைவைத்துத் தள்ளினான். கையில் இருந்த சங்கு, துணிப்பை எல்லாம் தடுமாறி விழ அதிலிருந்த நோட்டுக்கள் சில்லறைகள் சிதறின.

அவசரமாக சங்குகளை எடுத்துக்கொண்ட நாகலிங்கம் எதையோ சொல்ல முனைந்த போது "வாயைத் தொறந்து ஏதாச்சும் சாபம் வுட்டே.... அப்படியே கொன்னுடுவேன் ஓடிப்போயிடு" என்று பக்கத்தில் இருந்த ஒரு நீண்ட கழியை எடுத்தான். மிரண்டு போன நாகலிங்கம் கையில் அகப்பட்ட சில்லறைகளை பொறுக்கிக் கொண்டு தலைத்தெறிக்க அடுத்த தெருவுக்கு ஓடினார். தெருமுனையில் இருந்து திரும்பிப் பார்த்தபொழுது வாசு நிற்பது புள்ளியாகத் தெரிந்தது நிச்சயம் காதில் விழாது என்று உறுதியாகத் தெரிந்தபின்,

"தெருப் பொறுக்கி நாயே நீ நாசமாப் போயிடுவே... மண்ணா போயிடுவே முப்பது வருஷமா அதே தெருவிலே.. அதே கோயில் வாசல்ல பிச்சை எடுத்துக்கிட்டு இருக்கேன்... நேத்தி வந்த பயலுக என்னை வெரட்டுவீங்களா..." சங்குகளை எடுத்து உறையை

கழட்டி சோதித்துப் பார்த்தார். சங்குகள் இரண்டுமே முப்பது வருடமாய் எந்தச் சேதாரமும் இல்லாமல் சிறு கீறல் கூட விழாமல் வழுவழுப்புக் குறையாமல் அவரோடு பயணித்துக் கொண்டே இருக்கின்றன. வலது கையில் இருந்த வலம்புரிச் சங்கின் உட்புறம் கிடந்த சில்லறைக் காசுகள் நாற்பது ஐம்பது ரூபாய்க்குத் தேறும். ராசியான சங்கு...

அனுதினமும் பூஜை செய்து ரொம்பக் கவனமாக வைத்திருக்கிறார். காசுகளை நீக்கி உள் ஓட்டில் பார்த்தபொழுது நாமம் போன்று இரண்டு கோடுகள் நாகத்தின் பின்னந்தலையில் தெரிவது போலவே இருந்தன.. பெயரே தெரியாமல் இந்த ஊருக்கு வந்தபொழுது எதேச்சையாக மண்ணில் குழி தோண்டியபோது கிடைத்த சங்குகள் அவை,,, அதிலிருந்த நீண்ட புள்ளிகள் நாகத்தின் கோடுகள் போல தெரிந்ததால் நாகலிங்கம் என்று தன் பெயரை சொல்ல ஆரம்பித்து பிறகு அதுவே நிலைத்துவிட்டது இடது கையில் வைத்திருந்த வாமவர்த்தி சங்கை எடுத்து “பூம்’ என்று ஊதியபடியே, வீடுகள் நிரம்பிய அந்தத் தெருவில் கம்பீரமாக நடந்தார் பண்ணாடி நாகலிங்கம்...

(கருமாண்டி ஜங்க்ஷன் – எழுத்தாளர் ராம சுப்பையா சிறுகதைப் போட்டி 2022ல் சிறந்த சிறுகதையாகத் தேர்வு பெற்ற சிறுகதை)

9. பாரதூரம்

அந்த நெடுஞ்சாலை அனல்காற்றில் கொதித்துக் குமுறிக்கொண்டிருந்தது. கானல் வரிகள் சாலையின் குறுக்கே வெறிகொண்ட மிருகம் போல அலைந்து கொண்டிருந்தன. லாரியின் கேபின், இன்ஜினின் சூட்டை விழுங்கி இரும்பாலையின் உலை ஒன்று உமிழ்வது போல வெப்பக்காற்றை இறைத்துக்கொண்டிருந்தது. கோபால் சூடு தாங்காமல் சட்டையைக் கழற்றி பின்பக்க சீட்டில் உதறிவிட்டு ஸ்டீயரிங்கை எரிச்சலோடு பிடித்திருந்தார். சட்டைப்பையில் கடைக்குட்டி அன்பழகன் கொடுத்த சீட்டு பத்திரமாக இருக்கிறதா என்று பார்த்துக்கொண்டார்.

“நியூட்ரல் அடிச்சிருக்கீயாண்ணே” பெருமாள் பீடியை ஒரு இழுப்பு இழுத்தபடி கேட்டான்.

“அடிக்கிற வெயில்ல பாடி பஞ்சராவுது எப்பிடிடா இந்தச் சூட்டுல பீடி குடிக்கிறே?”

“பாண்டியன் மெஸ் வரட்டும் சாப்பிட்டுக்கலாம்னு சொல்லிட்டே வயிறு கர்புர்ன்னு சத்தம் போடுது. ராத்திரி வேற

சாப்பிடலை. என்ன பண்ணச் சொல்றே? அதான் புகையைத் தின்னுட்டு வர்றேன்... இது எந்த எடம் அண்ணே?”

“தாவணகரே... கர்நாடகா.”

“பாண்டியன் மெஸ் எப்பண்ணே வரும்?”

“பதினொரு மணிக்கெல்லாம் வந்துடும்.”

“அங்க வெளிய தொறவு போயிக்கலாமாண்ணே?”

“எல்லாம் காத்தோட்டமாத்தான் இருக்கும் உன் இஷ்டம்தான் எங்க வேணா போயிக்கலாம்.”

“பளபளன்னு தாரை ஊத்தி ரோட்டை போட்டுருக்கானுங்க வெளிய போறதுக்கு ஒரு டாய்லட் கூட சுத்தமா இல்லை. என்னா ஊருண்ணே இது?”

“இதுக்கே இப்படி அலுத்துக்கறே..இங்கவாச்சும் தண்ணித் தொட்டி இருக்கும். உடம்பை களுவிக்கலாம். குளிச்சிக்கலாம், அஹமத் நகர் எல்லாம் போனா வண்ணமா ஒரு கடை கண்ணி இருக்காது. எங்கனாச்சும் ஒரு டீக்கடை இருக்கும் நிறுத்திட்டு ஒரு டீ குடிக்க முடியாது. பின்னாடி இருக்குற சரக்கை அள்ளிட்டு போயிடுவானுங்க. வெட்ட வெளியா இருக்கேன்னு ஓரங்கட்டி யூரின் போவ முடியாது. ஆளைக் காலி பண்ணிட்டு லாரியையே தூக்கிட்டுப் போயிடுவானுங்க.”

“அது எங்கண்ணா இருக்கு?”

“மகாராஷ்டிராவுல“ எதிரே வந்த லாரி தமிழ்நாட்டு ரிஜிஸ்டரேஷன் என்பதைப் பார்த்ததும் ஒரு உற்சாக ஒலிப்பானை அடித்தார் கோபால். பதிலுக்கு அந்த வண்டி ஓட்டுநரும் அவரது வாகனத்தின் ஒலிப்பானை அடித்து புன்னகையையும் கையையும் காண்பித்துவிட்டுப் போனார்.

சிறிது தூரம் சென்றதும் சாலையின் குறுக்கே திடீரென மறித்த ஜீப், நிறுத்தும்படி சைகைக் காட்டியதும் கோபால் அவசரமாக பிரேக் அடித்தார்.

“யாருண்ணே அது ஆர்.டி.ஓ.வா?”

“எந்த கருமாந்திரமோ.. கவர்ன்மென்ட் ஜீப் யாருன்னு கண்டோம்? காசை அழுவனும்” அலுத்துக்கொண்டே கேபினின் உச்சி ரகசிய அறையிலிருந்து டாக்குமென்ட் வைத்திருந்த கவரை எடுத்தார்.

ஜீப்பில் இருந்து இறங்கியவர்கள் கன்னட மொழியில் கோபாலிடம் வந்து ‘காச் மூச்’ என்று கத்தினார்கள். பத்திரமாக வைத்திருந்த டாக்குமென்ட் கவரை கோபால் நீட்டினார். அதை வாங்கி அப்படியே அவர் முகத்தில் வீசினான் ஒரு திமிர் பிடித்த ஆள். கொப்பளித்து வந்த கோபத்தை தொண்டைக்குள் மென்று விழுங்கிவிட்டு அமைதியாக ஒரு நூறு ரூபாய் நோட்டை நீட்டினார் கோபால். அதை வாங்காமல் எகிறி எகிறிக் கத்தி பெருமாளை கீழே இறங்கச் சொன்னான் ஒருவன்.

கன்னட மொழியில் நிதானமாக “என்ன வேணும்?” என்று கேட்டார் கோபால்.

“ஓ..கன்னடம் தெரியுமா? தெரிஞ்சுகிட்டே ஊமையன் மாதிரி ஏண்டா உக்காந்திருக்கே இறங்குடா கீழே” என்று பதிலுக்கு கன்னடத்திலேயே கத்தினான்

ஒன்றும் பேசாமல் இறங்கினார் கோபால்.

“சரக்கை எடுத்துக் காமி என்ன வச்சிருக்கே?”

“மருந்து அயிட்டம் சார்.”

“பிரிச்சுக் காமிடா.”

“இல்லை சார். பிரிச்சா அவ்வளவு சீக்கிரத்துல கட்டமுடியாது. இந்தாங்க” ஒரு இருநூறு ரூபாய் நோட்டையும் சேர்த்து நீட்டினார்.

“இப்பதான் நோட்டு முளைச்சு வருதா? எந்த ஊருடா போறீங்க?”

“இந்தூர் சார். மத்தியப் பிரதேசம்.”

“ம்ம்... அப்ப கையில கனமாத்தானே வச்சிருப்பே. கொஞ்சம் கொஞ்சமா பிச்சை போடடறே. ஐநூறு ரூவாய் நோட்டு ஒண்ணைக் குடுரா.”

“இல்லை சார் ஓனர் கொஞ்சமாத்தான் குடுத்தாரு. ஹோஸ்பேட் போனதும் அங்க ஒருத்தர்கிட்ட வாங்கிக்க சொன்னாரு. இப்ப கையில இதுக்கு மேல இல்லை”

“சரி குடுத்துத்தொலை.” வாங்கிக்கொண்டு பாக்கெட்டில் வைத்தபடி “போங்க அடுத்த முறை வர்றப்ப சின்ன நோட்டெல்லாம் வாங்க மாட்டோம். கௌம்புங்கடா.”

கோபால் நிதானமாக வண்டியில் ஏறி ஸ்டார்ட் செய்தார். அருகில் பெருமாள் வந்து அமர்ந்தான். சிறிது தூரம் சென்றதும்,”என்ன அண்ணே வண்டியில லோடு ஏத்தும்போது முந்திரி பாக்கெட்டுன்னு சொன்னே அப்புறம் அவனுங்க கேட்டப்ப மருந்து அயிட்டம் அப்படின்னு சொல்லிட்டே. இதுல பில்லை வேற காமிக்கறேன்னு சொல்றே?”

“முந்திரி அயிட்டம்னு சொன்னா பொட்டியைப் பிரிக்காமலே அப்படியே ஆளுக்கு ஒண்ணு எடுத்துட்டுப் போயிடுவானுங்க. அப்புறம் அந்த நஷ்டமும் நம்ம தலையில விடிஞ்சிடும்.. அதுக்கு முந்நூறு ரூபா போயித் தொலையுதுன்னு விட்டுடலாம்.”

“ஆனா அவனுங்க கிட்ட ஓனர் பணம் குடுக்கலைன்னு சொன்னே பாரு என்னால சிரிப்பை அடக்கவே முடியலை. நீதானே ஓனரு? எப்படிண்ணே சளைக்காம அள்ளிவிடுறே?”

“இல்லன்னா மொத்தத்தையும் லாவிட்டுப் போயிடுவானுங்க. அந்தா.. பாண்டியன் மெஸ் வந்துடுச்சு பின்னால தொட்டி நிறைய தண்ணி இருக்கும். வெளிய தொறவு போயிட்டு வந்து குளிச்சிட்டு வா சாப்பிடலாம்”

லாரியை ஓரங்கட்டினார். கிட்டத்தட்ட பத்து லாரிகளுக்கு மேல் நின்றிருந்தன. எல்லாம் தமிழ்நாட்டு வண்டிகள். அந்த

உணவகத்தில்தான் தமிழ்நாட்டு உணவு கிடைக்கும் என்பதோடு, வெளிமாநிலச் சாலை நிலவரங்கள், வழிப்பறி அச்சங்கள், அரசு வாகனங்களில் நின்று கொண்டு அதிகாரத்தோடு காசு பிடுங்கும் கொள்ளைக் கூட்டம் பற்றிய விவரங்கள் யாவும் அங்குதான் பரிமாறப்படும்.

"அஹமது நகர் ரோடு எப்படிண்ணே இருக்கு?" செல்வத்திடம் கேட்டார் கோபால்.

"அது என்னிக்கு மாறிச்சு ராத்திரி பத்து மணிக்கு மேலே அந்த ரோட்டுல போனீங்கன்னா நம்ம உசிரு நம்மளது இல்லைன்னு நினைச்சுட்டுத்தான் போவனும். சரக்கு வெயிட்டுன்னா ராப்பயணம் வேணாம். திம்பூர்னியை தாண்டினிங்கன்னா கர்மாலாவுலே போட்டுக்கங்க... அங்க கமலாதேவி கோயில் ஒண்ணு இருக்கு காலையில குளிச்சிட்டு சாமியைக் கும்பிட்டுட்டு அப்புறமா கிளம்புங்க. மனசாட்சியே இல்லாத திருட்டுக் கூட்டம் அங்க சுத்திக்கிட்டு இருக்கு." எச்சரித்தார் செல்வம்.

"என்ன பொழப்புண்ணே நம்முது" சலித்துக்கொண்டு நகர்ந்தார் கோபால்.

தொட்டித் தண்ணீரில் ஆசைத்தீர குளித்துவிட்டு சாப்பாட்டை ஒரு வெட்டு வெட்டிவிட்டு கையில் ஆளுக்கு நாலு பரோட்டாவையும் கட்டிக்கொண்டு இடையில் சமைப்பதற்குத் தேவையான மளிகைப் பொருட்கள், காய்கறிகள் சிலவற்றையும் வாங்கிக் கொண்டு நிதானமாக ஒரு மணிக்கு கிளம்பினார்கள். எப்படியும் அஹமது நகர் ரோட்டை பத்து மணிக்கு முன்பாக அடைய முடியாது. என்பதால் மெல்ல ஓட்டிக்கொண்டுச் சென்றார் கோபால்.

அஹமது நகர் சாலையைக் கடப்பது என்பது தென்னிந்திய லாரி டிரைவர்களுக்குக் குறிப்பாக தமிழகத்து ஓட்டுனர்களுக்கு விஷப்பை நிரம்பிய கருநாகத்தை கையில் பிடித்துச் செல்வது போல..... எவ்வித சட்டத் திட்டங்களுக்கும் அஞ்சாத கூட்டம் ஒன்று லாரிகளை மடக்கி அதிலுள்ள பொருட்களையும், லாரி

ஓட்டுனர்கள் வைத்திருக்கும் பணத்தை, எதுவும் கிடைக்கவில்லை என்றால் ஸ்டெப்னியையாவது களவாடுவதற்கென்றே நடமாடிக்கொண்டிருக்கும்.. பகல்பொழுது மட்டுமே அந்தக் குறிப்பிட்ட சாலையை ஓரளவு அச்சமின்றி கடக்க முடியும். இரவு நெருங்கினாலே ஐந்தாறு வாகனங்கள் ஒன்றன் பின் ஒன்றாக சென்றாக வேண்டும். சில சமயம் காவல்துறை வாகனங்கள் அவ்வழியே செல்லும் அவற்றைப் பின்தொடர்ந்தால் தப்பிக்கலாம்.

வயிறு முட்ட தின்ற திருப்தியில் தன்னை மறந்து தூங்கிக் கொண்டிருந்தான் பெருமாள். லாரி ஓட்டுகிறவன்தான் ஆனால் நேஷனல் பெர்மிட் ஓட்டியவனில்லை. புதிதாக வருவதற்கும், இப்படியான நெடுஞ்சாலைகளில் செல்லும்போது என்னென்ன பிரச்சினைகள் வரும் அதை எல்லாம் எப்படி சமாளிக்கலாம் என்று தெரிந்து கொள்வதற்காகவும் உடன் வந்திருக்கிறான். மகாராஷ்டிராவைத் தாண்டிச் செல்வதென்றாலே கோபால் தனியாக வரமாட்டார்.

பண்ருட்டியில் இருந்து இந்தூருக்கு முதல்தர முந்திரிப்பருப்புகளை ஏற்றிச்செல்ல எப்பொழுதாவதுதான் வாய்ப்புகள் கிடைக்கும். பேசின கூலியை பேரம் பேசாமல் தருவார்கள் என்பதால் தட்ட மனம் வராது. பெரியநாயகியம்மன் புண்ணியத்தில் வழியில் எந்தப்பிரச்சினையும் இல்லை என்றால் போகும் சவாரியில் ரெண்டாயிரமும் வரும் சவாரியில் ஐந்தாயிரமும் கிடைக்கும்.

திரும்பி வரும் சவாரிக்கு சரக்கு கிடைக்க இரண்டு மூன்று நாள் கூட ஆகலாம். இந்தூரில் அதற்கெனத் திரியும் ஏஜென்ட்டுகள் கையில் ஆயிரமோ ரெண்டாயிரமோ தந்தால் தமிழ்நாட்டுக்கு வரும் சரக்கைப் பிடித்துத் தருவார்கள்.

இடையில் டீசல் திருடர்கள், ஸ்பீட் பிரேக்கர்களில் ஏறி கயிறு தார்ப்பாய்களை அறுத்து சரக்கு திருடும் கும்பல், அரசு வாகனங்களில் வந்து குறுக்கே நின்று பிடுங்கும் அதிகாரிகள், விபத்து நடந்துவிட்டது போல செட்டப் செய்து பணம்

பிடுங்கும் கூட்டம் இவற்றை எல்லாம் சமாளித்துவிட்டால் சொல்லிக்கொள்ளும் அளவு லாபம் நிற்கும். ஆனால் அதற்கு ஒரு வாரம் தூக்கமில்லாமல் கொதிக்கும் இன்ஜினின் அருகே கண்ணயராமல் ஓட்ட வேண்டும். இடையில் டயர் வெடிக்காமல், ஏஜிபி பிரச்சினை செய்யாமல் இருக்க வேண்டும்.

லாரி புக்கிங் ஆபீசில் கூப்பிட்டால் செல்கிற நாள்கூலி ஓட்டுநராக இருந்த வரை இந்த அளவுக்கு மனக்கவலை இல்லை. உயிர்ப்பயம் மட்டுமே இருந்தது.. ஆனால் இப்பொழுது அப்படி இல்லை. சரக்கும் பத்திரமாக போய்ச் சேரவேண்டும். லாரியையும் பத்திரமாக எடுத்துச் செல்ல வேண்டும். உயிரையும் காப்பாற்றிக்கொள்ள வேண்டும்..

அஹமது நகர் சாலையில் குறிப்பிட்ட ஆள் நடமாட்டம் அற்ற குறிப்பிட்டப் பகுதியை 'ரெட் ஸோன்' என்று சொல்லுவார்கள். கிட்டத்தட்ட 50 கி.மீ கடக்க வேண்டும். ஓட்டுநராக மட்டுமே இருந்த பொழுது இரவு பதினோரு மணிக்கு ஒரு முறை அதில் கோபால் சென்றிருக்கிறார். இரண்டு மூன்று லாரிகளாகத்தான் அன்றைக்கும் சென்றார்கள். சிவகாசியில் இருந்து பிரிண்டட் பொருட்களை ஏற்றிக்கொண்டு சென்றார்கள். மேலே கட்டி இருக்கும் தார்ப்பாய்களின் வாட்டத்தை வைத்தும், பொருட்களின் வாசனையைக் கொண்டும் அந்தக் கும்பல் லாரியில் இருப்பது விலை அதிகமான சரக்கா இல்லையா என்பதைத் தெரிந்து கொண்டு அந்த லாரிகளை குறிவைத்து துரத்துவார்கள். அன்றைக்கு தனக்கு முன்னால் சென்று கொண்டிருந்த லாரியை அப்படி மோப்பம் பிடித்துக்கொண்டு வெறிப் பிடித்த மிருகம் போல ஜீப்பில் துரத்தினார்கள். அந்த டிரைவரும் சாமர்த்தியமாக வேகமாக ஓட்டினார்.

ஒரு கட்டத்தில் அந்த லாரியின் அருகே சென்று கையில் வைத்திருந்த குழாய் வழியாக மிளகாய்ப்பொடி கலந்த நீரை பீய்ச்சினார்கள். ஒரு கணத்தில் தடுமாறிய அந்த டிரைவர் வேகமாக பிரேக் அடிக்க. கிட்டதட்ட 20 டன்னுக்கு மேல் இருக்கும் சரக்கின் பாரம் லாரியை வேறொரு பக்கம் இழுக்க கண்ணெதிரே அந்த லாரி பள்ளத்தை நோக்கிச் சென்று

கவிழ்ந்தது. பின்னால் வந்த கோபால் லாரியை நிறுத்த முயல கூட வந்த ராமு அண்ணன் 'நிறுத்திடாதே நிறுத்திடாதே அவனுங்க கவுழும்னு தெரிஞ்சுதான் அப்படி பண்ணினானுங்க ஒரே நேரத்துல ரெண்டு லாரி சரக்கும் அடிச்சிடுவானுங்க அடுத்த ஜங்ஷன்ல போலிஸ் வண்டி நின்னா அவனுக கிட்ட சொல்லுவோம். அந்த டிரைவருக்கு நேரம் நல்லா இருந்தா பொழைச்சுக்குவான்."

"என்னாண்ணே அப்படியேவா விட்டுட்டு போறது?"

"டே அவனுங்ககிட்ட பட்டாக்கத்தி, நாட்டு வெடி குண்டு எல்லாம் இருக்கும். நீ ஒரு ஜீப்பைத்தான் பார்த்தே.. அவனுங்க பின்னாடி நாலைஞ்சு வண்டிங்க கண்டிப்பா இருக்கும் .. வண்டி நிறைய ஆளுங்க இருப்பாங்க . ரோந்து போலிஸ் எங்க நிப்பாங்க எந்த இடத்துல வருவாங்க எல்லாம் அவனுங்களுக்குத தெரியும். துப்பு குடுக்க ஆள் இருக்கு. இப்படி லாரி கவுந்தா இன்னும் ரெண்டு கும்பல் வந்து ராத்திரி பூரா அங்கேயே மறைஞ்சு நிக்கும். கவுந்த லாரியை பாத்து யாராச்சும் நிப்பாட்டுவாங்க அந்த லாரியை மடக்கி அதுல உள்ள சரக்கை அடிச்சிடலாம்னு பாப்பானுங்க. இது வேற உலகம் கோபாலு இங்க கருணை இரக்கம் எதையும் எதிர்பார்க்க முடியாது."

"அப்ப அந்த டிரைவர்?"

"அடிபட்டு நெகா இல்லாம இருந்தான்னா பொழைக்க சான்ஸ் இருக்கு. நெகா இருந்து எழுந்து பார்த்துட்டான்னு வச்சிக்க அவனை அப்படியே அடிச்சுத் தூக்கிப் போட்டுட்டு அப்புறம்தான் பொருளு பக்கம் போவானுங்க. இந்த மாதிரி நேரத்துல டிரைவர் செத்தப் பொணம் மாதிரி கெடக்க வேண்டியதுதான்."

அடுத்த ஜங்ஷனில் ஜீப்பை ஓரமாக நிறுத்தித் தூங்கிக் கொண்டிருந்த போலீசிடம் இறங்கிச் சொன்னார் ராமு அண்ணன்... அவர்கள் அலுப்போடு வண்டியைத் திருப்பினார்கள். அந்த சம்பவத்தைப் பார்த்ததிலிருந்து திம்பூர்னி

வரும்போதே வண்டியை ஜாக்கிரதையாக இடம் பார்த்து ஓரங்கட்டி நிறுத்திவிடுவார் கோபால்..

திம்பூர்னியைத் நெருங்கும்போதே மணி ஏழாகிவிட்டது.. கொஞ்சம் ரிஸ்க் எடுத்து தொடர்ந்து ஓட்டினால் கர்மாலாவுக்கு பத்து மணிக்குள் போய்விடலாம். அதற்குமேல் ரிஸ்க் எடுக்க முடியாது, வண்டியைத் தொடர்ந்து ஓட்டினார் கோபால் கர்மாலாவுக்கு ஒன்பது மணிக்கு வந்தனர். விடிந்தால் பல் துலக்கவும் முகம் கழுவவும் குழாயடி இருக்கும் இடமாகவும் பார்த்து லாரியை நிறுத்திவிட்டு லாரியை விட்டிறங்கி முகம் கால்கள் கழுவிவிட்டு பரோட்டா பொட்டலங்களைப் பிரித்து சாலையோரம் அமர்ந்து இருவரும் சாப்பிட்டனர். அவர்கள் அருகே கேன் டீ வாலா வந்து நின்றான்.

"சாய்... சாய்..."

"பான்ஞ் சாய்" என்று ஐந்து விரல்களைக் காட்டினார்.

அவன் சந்தேகத்துடன் ஐந்து பேப்பர் கப்புகளில் டீயை நிரப்பிக்கொடுத்தான்

"எதுக்குண்ணே?" என்று பேச முற்பட்ட பெருமாளைத் தடுத்த கோபால் கேபின் பக்கம் திரும்பி "டே.... பாபு எறங்கி வாங்கடா டீயை சாப்பிட்டுட்டு அப்புறம் தூங்கலாம்" என்று சத்தமாக சொல்லிவிட்டு டீ வாலாவிடம் தூங்கறாங்க என்று சைகை செய்துவிட்டு டீயைக் குடித்தான். அவன் காசை வாங்கி பையில் போட்டுவிட்டுக் கிளம்பினான்.

"இங்க ஒருத்தனையும் நம்ப முடியாது. துப்பு பாக்க வந்தவனா கூட இருக்கலாம். லாரியில அஞ்சு பேர் இருக்காங்கன்னா லாரிப்பக்கம் வரமாட்டானுங்க. ரெண்டு பேர்னு தெரிஞ்சா அவ்வளவுதான் பொருள் நம்முது இல்லை."

"என்னண்ணே நீங்க சொல்லச் சொல்ல.. பயமா இருக்கு.. என்னமோ திகில் படம் பாக்கற மாதிரியே இருக்கு... ஊர்ப் பக்கம் இதை எல்லாம் நீங்க சொன்னதே இல்லை"

“இதை எல்லாம் சொன்னா அடுத்த தரம் சரக்கு எடுத்துட்டுப் போகணும்னா பொண்டாட்டி புள்ளைங்க பயப்படுவாங்க. ரெஸ்ட் எடுக்கத்தான் இங்க நிறுத்தறோம் ஆனா நிம்மதியா தூங்க முடியாது.”

படுக்கலாம் என்று நினைத்தபொழுது அவர்கள் அருகே ஒரு லாரி வந்து நின்றது. ஏழுமலை அதிலிருந்து இறங்கி “ஏண்ணே சேதி தெரியாதா?”

“என்னப்பா எங்கப்போறே? இப்படி திடீர்னு வந்து நிக்கறே?”

“அதை ஏண்ணே கேக்குறே? போபாலுக்கு சரக்கு ஏத்தி இருக்கேன். என்னமோ கொரானாவாம் சீனாவிலேர்ந்து அந்த நோய் வந்திருக்காம். நாளைக்கு ஒரு நாள் பஸ் லாரி எதுவும் ஓடக்கூடாதாம்.”

“என்னப்பா இப்படி குண்டைத் தூக்கிப் போடுறே? நான் இந்தூர் போவணும்...”

“யோசிக்க நேரமில்லே.. வாங்க கிளம்புவோம்.. நமக்கு முன்னாடி ரெண்டு மூணு லாரி போயிருக்கு.. அஹமதுநகர் ரோடு முனையில நின்னா... அஞ்சாறு லாரியா சேர்ந்து போயிடலாம். 80- லமிதிச்சம்னா விடியும்போது மத்தியப்பிரதேசம் உள்ளே போயிடலாம். நாளைக்கு ஒரு நாள் மட்டும் ‘பந்த்’தாம்... அப்புறம் நீட்டிச்சாலும் நீட்டிக்கலாமாம். எப்படியாச்சும் இறக்க வேண்டிய இடத்துக்குப் போயி ‘லோடை’ இறக்கிட்டா. அடுத்த நாள் திரும்பிடலாம்ணே. ராத்திரி முடிஞ்சிடும்னு சொல்றாங்க.”

“சரி கௌம்பு அங்காள பரமேஸ்வரி காப்பாத்துவா.” எழுந்தார் கோபால். உடன் வேறு வழியில்லாமல் பெருமாளும் ஏற வண்டியை ஸ்டார்ட் செய்தார். வண்டி மின்னலைப்போலக் கிளம்பி ஏழுமலை வண்டியை பின்தொடர்ந்தது. கண்முன்னே லாரி கவிழ்ந்த அன்றைய இரவு ஒரு திரைப்படக்காட்சி போல ஓடிக்கொண்டிருந்தது.

அஹமதுநகர் சாலை முனையில் வண்டிகள் கொஞ்சம் கொஞ்சமாக வந்து சேர்ந்தது தெம்பானது.

"தண்ணி கிண்ணி குடிச்சிடாதே நடுவுல நிறுத்த முடியாது. பறக்கணும் அப்பத்தான் உயிரோட ஊருக்குப் போகலாம்" என்றபடி ஆக்சிலேட்டரை மிதித்தார். எதிரே வரும் வெளிச்சப்புள்ளிகளும், சைடு வாங்கும் ஹாரன் சப்தமும் ஒரு முறை வயிற்றுக்குள் புகுந்து குடலை உலுக்கி எலும்புகளை சில்லிட வைத்து பின் விலகியது. எப்படியும் இரவு ஹால்ட்தானே என்று பகல் முழுக்க நிறுத்தாமல் ஓட்டியதில் தொடை எல்லாம் எரிந்தது. ஆனாலும் அதைப்பற்றி இப்பொழுது கவலைப்பட நேரமில்லை.

காற்றைக் கிழித்துக்கொண்டு வேகம் சென்றதால் கண்களின் வழியே கண்ணீர்ப் பெருகி ஒழுகியது. தோளில் கிடந்த துண்டால் துடைத்தபடி ஓட்டினார் கோபால். கிளம்பும் சமயம் அன்பு கேட்டிருந்த கால்குலேட்டர் மாடல் நம்பர் மறந்து போகாமல் இருக்க எழுதிக்கொடுத்த சீட்டு பாக்கெட்டில் பத்திரமாக இருக்கிறதா என்று அடிக்கடி தன்னிச்சையாகப் பார்த்துக்கொண்டார். மறுபடி அவன்கிட்ட அது என்ன நம்பர் என்று கேட்கமுடியாது கோவக்காரன்.

'என்ன சால்னாவோ எழவோ' சாப்பிடும்போதே காரமாகத்தான் இருந்தது. பெருமாளை தண்ணிக் குடிக்காதே என்று சொன்னாரே தவிர இப்பொழுது கோபாலுக்கு வயிறு கலக்குவது போல இருந்தது. நிறுத்தினால் உயிருக்கு உத்திரவாதமில்லை. கைவசமிருந்த ஒரு 'பன்'னை எடுத்து சாப்பிட்டார். கொஞ்சம் கலக்குவதைக் குறைக்கும். பல்லைக்கடித்துக்கொண்டு விரட்டினார். பெருமாளை அழைத்து கண் அயர்வது போல தோணுகிற சமயம் முகத்தில் தண்ணீரை அடிக்கச் சொன்னார்.

"நா வேணும்னா ஓட்டட்டுமா அண்ணே?"

"ரூட்டு புதுசா இருக்கு அதுவுமில்லாம இது கொஞ்சம் வெவகாரமான இடம் நானே பாத்துக்கறேன். பகல்ல மாத்திக்கலாம்" முன்னும் பின்னுமாக வந்த லாரிகள் பேரணி

போல ஒன்றை மற்றொன்று நழுவ விடாமல் தொடர்ந்து வந்ததால் அஹமது நகர் சாலையை நினைத்த நேரத்துக்கு முன்பாகவே கடக்க முடிந்தது.

‘ஜாம்லி’ சுங்கச் சாலை வரி செலுத்தும் இடத்துக்கு உள்ளே நுழையும்போது விடிந்துவிட்டது. எல்லைச் சாவடியில் லாரி எடையைப் பார்த்தபொழுது 256 கிலோ எடை அதிகமாக இருப்பதாகச் சொல்லி ஓரம்கட்டிவிட்டார்கள். ‘என்னடா இது சோதனை’ என்று சோர்ந்து போனார். கோபால். குறிப்பிட்ட எடையைத் தாண்டி இருந்தால் செக் போஸ்ட்டை தாண்டி உள்ளே செல்ல அனுமதி இல்லை. ஒவ்வொரு ஸ்டேட்டுக்கும் ஒவ்வொரு ரூல். கர்நாடகா எல்லையில் எடை எல்லாம் ஒரு பிரச்சினை இல்லை. ஆனால் மத்தியப் பிரதேச எல்லைக்குள் நுழைந்தால் வாகன எடையும் ஒரு முக்கியப் பிரச்சினை. இரவு நேரத்தில் அவசர அவசரமாக ஏற்றினால் இப்படித்தான் ஆகும். வழக்கமா போற லோடுதான்னு முந்திரி கம்பெனிக்காரன் சொன்னதை நம்பி வந்தாச்சு.

டெல்லியில் இருந்து ரெகுலராக வரும் சுசீந்திரன் கோபாலைப் பார்த்து ஒரு வணக்கத்தைப் போட்டான். அவனிடம் விஷயத்தைச் சொன்னபொழுது “விடுங்கண்ணே... கேரியர் பாய்ஸ் இருக்கானுங்க” என்று எங்கேயோ போய் ஒரு சிறுவனை அழைத்து வந்தான்.

தூக்கக் கலக்கத்தில் கண்ணை நிமிண்டிக்கொண்டு வந்தவனுக்கு அன்பு வயதுதான் இருக்கும்.

“256 கிலோதானே? உங்க டூல்ஸை குடுங்க ஸ்டெப்னியை கழட்டிடலாம்.. ஜாக்கி, அப்புறம் எக்ஸ்ட்ரா தார்ப்பாய் இருந்தா எடுங்க செக் போஸ்ட்டைத் தாண்டி எடுத்துட்டு வந்து தந்துடுவான் கிலோவுக்கு ஒரு ரூபாய் குடுத்துடுங்க” என்று சொல்லிய சுசீந்திரன் கிடுகிடுவென ஸ்டெப்னியைக் கழட்ட ஆரம்பித்தான். ஜாக்கி, டூல்ஸ்களை எடுத்துக்கொண்டு அந்தச் சிறுவன் டயரை உருட்டிக்கொண்டு ஓடியபோது பாவமாக இருந்தது. அவன் டயரை உருட்டியபடி சுங்க அதிகாரிகளை

கடந்துதான் சென்றான். அவர்கள் அதை பார்த்தும் பார்க்காதது மாதிரி தங்கள் இயல்பான பணியில் மும்முரமாக இருந்தனர்.

"சுசி என்னப்பா அவனுங்க கண்ணு முன்னாடிதான் உருட்டிகிட்டு போறான் கண்டுக்காம இருக்கானுங்க. மறுபடி அந்தப் பக்கம் போயி நாம ஏத்துவோம்னு தெரியாதா?"

"அண்ணே எடை மிஷின்ல வர்ற கம்ப்யூட்டர் சீட்டுலே அதிக லோடு இருக்கக் கூடாது அவ்வளவுதான். அதுக்குத்தான் தனியா நம்மகிட்ட வண்டிக்கு நூறு ரூபா வாங்கிடறானுங்கல்லே.. அந்த பையனை மட்டும் சும்மா விட்டுருவானுங்கன்னு நெனச்சே? லோடை எண்ணிக்குவானுங்க... ஒரு நடைக்கு அம்பது ரூபா வாங்கிடுவானுங்களாம்... அந்தப் பய சொன்னான்."

"அடப்பாவிங்களா? படிக்கிற வயசுல இப்படி டயர் உருட்டுறான் அப்புறம் நம்மளை மாதிரி எங்கனாச்சும் ஸ்டீரிங் பிடிச்சு வண்டி ஓட்ட வேண்டியதுதான்.. நாலு எழுத்து படிச்சிருந்தா;; தோ ,, இப்படி ரகம் ரகமா யோசிச்சு திருடலாம்" என்று கோபால் சொல்ல வெடித்து சிரித்தான் சுசீந்திரன்.

எல்லாம் முடிந்து கிளம்பினார்கள். ஏழுமலைக்கு எல்லா ரோடும் அத்துப்படி. அவன் ஊருக்குள் புகுந்து விரட்ட அவனைத் துரத்துவது போல கோபாலும் அழுத்தினார்.

இந்தூருக்குள் ஒருவழியாக நுழைந்துவிட்டார்கள். சுயஊரடங்கு என்பதால் அத்தனைக் கெடுபிடி இல்லை. ஏழுமலைதான் இன்னும் இருநூறு கிலோமீட்டர் போக வேண்டும் எப்படியோ போய்விடுவான். போய்த்தான் ஆகவேண்டும்.

சவ்கானைப் பிடித்து அவன் ஆட்களை ரகசியமாக வரச்சொல்லி லோடை இறக்குவதற்கு மதியம் இரண்டாகிவிட்டது. ஃபோனில் ஏஜென்ட் சிக்கந்தரிடம் தமிழ்நாட்டுக்கு ஏதும் லோடு இருக்கா என்று கேட்டப்பொழுது 'ஒரு நாள் வெயிட் பண்ணுகிற மாதிரி இருக்கும்' என்று சொல்லிவிட்டான். சவ்கானின் கிடங்குக்கு அருகே வண்டியைப் போட்டுவிட்டு மண்ணெண்ணெய் அடுப்பை இறக்கி சமைக்கத் தொடங்கினார்கள்.

அடுத்த நாள் கடைகள் திறந்திருந்தன. சிக்கந்தரை துணைக்கு அழைத்துக்கொண்டு ஒரு கால்குலேட்டரையும் அன்புக்குப் பிடித்த சாக்லெட் கொஞ்சமும் பிஸ்கட்டும் செல்போனில் அவனிடம் கேட்டு இன்னும் சில வாயில் பெயர் நுழையாத தின்பண்டங்களையும் வாங்கி அவற்றை ஒரு பாலீத்தின் பையில் சுருட்டி பத்திரமாக வைத்துக்கொண்டார் கோபால். மார்ச் 30 அன்புக்கு பிறந்தநாள். இன்னிக்கு தேதி 23தானே.. அதற்குள் ஊருக்குப் போய்விடலாம் என்று காத்திருந்தார்கள். அன்றைக்கும் லோடு கிடைக்கவில்லை.

24ஆம் தேதி மாலை வரை லோடு எதுவும் உறுதியாகாததால் ஒடிந்து போனார் கோபால். ரிட்டன் லோடுதான் லாபப்பணம் போகிற வழியில் ஏதாவது லோடு கிடைக்கும் என்று மனசைத் தேற்றிக்கொண்டு வண்டியைக் கிளப்பினார்கள். மத்தியப் பிரதேச எல்லையான கல்காட் வந்தபொழுது அந்த இடிச்செய்தி டிரைவர்கள் மத்தியில் பரபரப்பாகப் பேசப்பட்டது.. கொரானா வேகமாகப் பரவுதாம். ஏப்ரல் 14 வரை ஊரடங்காம். பஸ் லாரி எதுவும் ஓடக்கூடாதாம். டீக்கடை இல்லை, ஓட்டல் கிடையாதாம். என்றெல்லாம் கேட்ட பொழுது கோபாலுக்கு தலைச்சுற்றியது. கோமுவிடம் ஒரு வாரத்துக்கு சமாளிக்கிற அளவுக்குத்தான் பணம் கொடுத்துவிட்டு வந்திருந்தார் கோபால் .ஃபோனை போட்டு அவளிடம் குழந்தைகளை அழைத்துக்கொண்டு அவளுடைய அண்ணன் வீட்டுக்குப் போகச் சொன்னபோது ‘கோ’வென அழுதாள்.

“ஏற்கனவே அண்ணிக்காரி மூஞ்சியில மொத்துவா.. ஒவ்வொரு வேளை சோத்துக்கும் மொகரையைக் காட்டுவா.. இதுல இருவது நாளைக்கா? வேணாம் மாமா அதுக்கு பட்டினி கெடந்து சாவலாம்” என்று மறுத்துவிட்டாள்.

வண்டி இன்சூரன்ஸ் வேறு ஏப்ரல் இரண்டாம் தேதியோடு முடிகிறது.. வழியெல்லாம் நிற்கும் ஜீப்புகளை நினைத்தால், நின்று போன வயிற்றுவலி மறுபடியும் விஸ்வரூபம் எடுப்பது போலத் தோன்றியது. ஜாம்லி சுங்க வரி அலுவலகம் சிறிது தூரம்தான் அதற்கு முன்பான சர்வீஸ் சாலையில் வண்டியை

நிறுத்தியது நல்லதாக போயிற்று. லாரி நிறுத்தவும் உறங்கவும் இடம் கிடைத்தது

வரும்பொழுது ஜாம்லியில் எடையைக் குறைக்க எல்லைத் தாண்டி டயரை உருட்டி வந்து தந்த அன்பு வயதேயான அதே சிறுவன் தலைச்சுமையாய் ஏதோ ஒரு பையைச் சுமந்து கொண்டு இல்லாத பைக்கை ஓட்டுவது போல பாவனையுடன் 'டுர்' என்ற சப்தத்துடன் வந்து அதே சர்வீஸ் சாலையில் எதிர் பக்கம் நின்றான். பாவம் லாரிகள் வந்தால்தானே அவனுக்கும் வேலை. ஒரு வகையில் அவன் விடுதலை ஆனான் என்று நினைத்துக் கொண்டார் கோபால். அவனுடைய பாஷை கோபாலுக்குத் தெரியாது அவனை சைகையால் அழைத்து பையில் இருந்த சாக்லேட்டுகளையும் தின்பண்டங்களையும் அவனிடம் கொடுத்தபொழுது அவன் கண்களில் ஆச்சர்யம் கலந்த பிரகாசம். ஆனாலும் தயக்கமாக நின்றான்.

"உன்னாலதான் அன்னிக்கு இந்தூர் போயி லோடு எறக்க முடிஞ்சுது. இந்தா வச்சிக்க" என்று அவன் கையில் எல்லாவற்றையும் திணித்தார். என்ன சொல்கிறார் என்று புரியவில்லை ஆனாலும் முகம்மலர வாங்கிக்கொண்டு இன்னும் வேகமாக தன்னுடைய 'பாவனை' வண்டியை ஓட்டிக்கொண்டு சென்றான். .

பாவம் பெருமாளுக்கு ஊரடங்கு செய்தி இன்னும் தெரியாது. இந்தூரில் தூங்க ஆரம்பித்தவன் இன்னும் எழுந்திருக்கவில்லை. சர்வீஸ் ரோடு பாதுகாப்பான இடம். வண்டியில் லோடும் இல்லை. ஆனாலும் கோபாலுக்கு தூக்கம் வரவில்லை. இன்னும் இருபது நாளா? வயிறு பகீர் என்றது கையில் கொஞ்சம் மளிகைப் பொருளும் பணமும் இருந்தது அன்புவின் பிறந்த நாளுக்கு போக முடியாது. அவன் ஆசையாக கேட்ட கால்குலேட்டரும் அவனுக்கு போய்ச் சேராது . கண்ணுக்கு எட்டிய தூரம் வரை யாரும் இல்லாத பொட்டல் காடு அந்த புற வழிச்சாலை.

ஒரு நாள் வீட்டில் இருந்தால் பிழைப்பு போய்விடுமென்று லாரி

ஷெட்டில் அண்ணாந்து படுத்து கழித்த நிமிடங்கள் நினைவுக்கு வந்தன, நின்று கொண்டிருந்த லாரியின் ரியர் வியூ மிர்ரரில் தூரத்தில் தெரிந்த ஒற்றை நட்சத்திரம் பக்கத்தில் இருப்பது போலவே தோற்றத்தைத் தந்தது. வண்டியில் இருக்கும் வரை சாலை மட்டுமே தெரியும். வழியில் இருக்கும் ஊர் மக்கள் ஆடு, மாடு, எதுவும் தெரியாது. சுற்றிலும் ஒரு முறை திரும்பிப் பார்த்தார். காரை பெயர்ந்த ஒன்றிரண்டு கட்டடங்கள் மட்டுமே கண்ணுக்குத் தெரிந்தன. மக்கள் யாவரும் திடீரென தங்களை தாங்களே பூட்டிக்கொண்டு சிறைபட்டிருந்தனர் பண்ருட்டி எந்தப்பக்கம் இருக்கிறது என்று தோராயமாக கண்களுக்கு கீழே கைகளை வைத்துப் பார்த்தார். அந்தப் பொட்டல் வெளியில் தொடுவானம் மட்டுமே எதிரில் இவரைப்போலவே வறண்டு காணப்பட்டது. கோபால் கண்களில் இருந்து அவரையறியாமல் கரகரவென கண்ணீர் வழிந்துகொண்டிருந்தது... .

(இலங்கை பாலுமகேந்திரா நூலகம் நடத்திய சிறுகதைப் போட்டி 2021ல் இரண்டாம் பரிசு பெற்ற சிறுகதை)

10. சொல்லால் வரைந்த வாள்

விசுவலிங்கம் வீட்டுக் கதவு தட்டப்படும் போதெல்லாம் மிகுந்த ஆர்வத்தோடு அதே சமயம் உடல் உபாதையோடு எழுந்து வந்து முகமெல்லாம் புன்னகைப் பூக்க கதவுகளைத் திறப்பார். ஆனால் 'தோட்டத்தில் கொஞ்சம் முருங்கைக் கீரை பறிச்சுக்கறேன் தாத்தா' என்று எதிர் வீட்டு கோமுவோ இல்லை வரி கட்டனும் இன்னும் நாலு நாளுதான் இருக்கு என்று பஞ்சாயத்து ஆட்களோ வாசலில் நிற்கும்போது அவருக்கு பற்றிக்கொண்டு வரும். ஏன் இந்த நாறம்பூ இப்படி பண்றான்? ஒரு கல்யாண மண்டப தச்சு வேலைக்காக தூத்துக்குடிக்கு போய் தங்கி ஒரு மாதமாகிறது எப்பவாவது பக்கத்து வீட்டு இசக்கியிடம் செல்போனில் பேசுவான் எப்ப வருவேன் என்று சொல்லவே மாட்டான். இரண்டு மாதத்துக்கு முன் நெல்லைக்கு ஒரு வீட்டு வேலைக்காக கூட கூட்டிச் சென்றான். பார்வை தப்பியதால் மர உளி பட்டதில் உள்ளங்கை சிராய்த்துவிட்டது அதிலிருந்து வேலைக்கு எங்கேயும் அழைத்துச் செல்வதில்லை.

வேலை செய்யாமல் கைகள் நமநமவென இருந்தது ஒரு பக்கம் என்றால் இன்னொரு பக்கம் கையில் காசு இல்லாமல் இறுக்கிப்

பிடித்துக் கொண்டு நாளைக் கடத்துவது பாடாக இருந்தது. இனி நாறம்பூ வந்தால்தான் கையில் ஓட்டம் இருக்கும். திறமையான வேலைக்காரன் என்று பெயர் எடுத்துவிட்டான். கோயில் வேலைகள் என்றால் விசுவலிங்கத்தை முதலில் உறுதி செய்துவிட்டுத்தான் மற்ற நபர்களை பார்ப்பார்கள். நவீன உலகின் ஆடம்பர அலங்காரங்கள் நாறம்பூ நாதனுக்கு கை வந்த கலையாகிவிட்டது. ஆக வருடம் முழுதும் அவனுக்கு ஒய்வு ஒழிச்சல் இருப்பதில்லை மீண்டும் கதவு தட்டப்பட்டது. இந்த முறை மென்மையாகக் கேட்டது. ஆகவே அத்தனை கடுப்பு இல்லை மெல்ல நடந்து வந்து மிக மெல்லக் கதவுகளைத் திறந்தார்.

வெளியே மிக ஆடம்பரமான உடைகளுடன் இரண்டு பேர் நின்றிருந்தனர். அதில் ஒருவர் வெள்ளைக்காரர். அவனது கையில் சிறிய அழகான பெட்டி அவர்கள் வந்திருந்த கார் பல லட்சங்களை விழுங்கிய பேரழகுடன் மதர்ப்பாக நின்றிருந்தது. விலாசம் கேட்டு வந்திருப்பார்களோ? என்கிற கேள்வியை விழிகளில் தேக்கியபடி அவர்களைப் பார்த்தார்.

“தச்சு வேலை செய்யற விசுவலிங்கம் வீடு...?”

“ஆமாம் நான்தான் அது, உள்ளே வாங்க.”

இருவரும் உள்ளே வந்து அமர்ந்தனர். வெள்ளைக்காரன் பார்க்க இளம் வயது கல்லூரி மாணவன் போல இருந்தான். நேர்த்தியாக வாரப்பட்ட தலை. மழுங்கச் சவரம் செய்யப்பட்ட மாசுமருவற்ற முகம். உடன் வந்தவர் சற்று பருமனாக தொளதொளவென முழுக்கைச் சட்டை..... பெரிய ஃபிரேம் போட்ட கண்ணாடி அணிந்திருந்தார்.

வெள்ளைக்காரன் மர நாற்காலியில் அமர வெகுவாக சிரமப்பட்டான். அந்த வீட்டின் திறந்தவெளி முற்றமும் வீடு முழுக்க சிதறிக் கிடந்த மரப்பொருட்களும் அவனுக்கு ஒரு அந்நியத்தை தந்திருக்க வேண்டும். திருநெல்வேலி வெயில் அவன் முகத்தில் நீராக ஒழுகி ஓடிக்கொண்டிருந்தது.

இரண்டு ரோட்டாக்களில் தண்ணீரும் முகம் துடைக்க ஒரு பழையத் துண்டையும் எடுத்து வந்து அவர்களிடம் நீட்டினார் விசுவலிங்கம்.

எதுக்கு? என்பது போல விழிகளை உயர்த்தி அவரை ஏறிட்டான் வெள்ளைக்காரன்

துடைச்சிக்கீங்க என்பது போல தன் முகத்தைத் துடைத்து சைகை காட்டினார் விசுவலிங்கம்.

"ஓ... நோ... ஐ ஹேவ்... கர்ச்சீப்" என்றபடி அதனை எடுத்து முகத்தைத் துடைத்துக் கொண்டான்.

"நாங்க சென்னையிலேர்ந்து வர்றோம் என்னோட பேரு சச்சிதானந்தம். இவரு பகொல்ட் துரை... இங்கிலாந்திலேர்ந்து வர்றார். என் பையன் கூட அங்க படிக்கிறார் இவருக்கு சொந்த ஊரு ம்ம்... அங்க அது என்ன ஊரு துரை?"

"போஸ்டன்... வித்தம் ஆற்றங்கரை... உங்க ஊரு தம்ப்ரபரணி மாதிரி இருக்கும் அதுவும் 80 மைல் நீளம்தான் தம்பரபரணி மாதிரி..."

ஆச்சர்யத்தில் முகம் விரிந்தது விசுவலிங்கத்துக்கு "அட அழகா தமிழ் பேசறீங்களே..."

"இட் இஸ் மேன்டட்டரி ஃபார் அவர் ஃபேமிலி. ஐயாம் சாரி.. அது எங்க குடும்பத்துக்கு கட்டாயமான விதிமுறை. இன்னொன்னு நாங்க ஆண் குழந்தைகளுக்கு துரைன்னு வர்ற மாதிரி பேரு வைப்போம்..பகொல்ட் துரை என்னோட ஒரிஜினல் நேம்."

"அப்படியா ஆச்சர்யமா இருக்கே?"

"ஆமா அது இருநூறு வருஷத்து கதை" அவனது பெண்மை கலந்த உதடுகளைப் பிரித்து வெளியே வந்து உதிர்ந்தது அவனது புன்னகை.

“ஆனா எங்க ஊரு ஆறு பேரு தாமிரபரணி.”

“ஓ அயம் சாரி புரனவுன்சேஷன் வீக்.. கரெக்ட் வேர்ட் உச்சரிக்கத் தெரியாது.”

அதற்குள் விலை உயர்ந்த காரையும் வெள்ளைக்காரனையும் வாசலில் பார்த்த தெருக்காரர்கள் சிறு குழந்தைகளை முன்னே அனுப்பி அவர்களைத் தேடிக்கொண்டு வருவது போல ஒவ்வொருவராக உள்ளே வந்தனர். வேறு ஒரு சமயமாக இருந்தால் விசுவலிங்கம் நாக்கைத் துருத்திக் கொண்டு அவர்களை விரட்டி இருப்பார். ஆனால் இது பெருமிதமான தருணமாயிற்றே... புன்முறுவல் பூத்தபடி மவுனமாக இருந்தார்.

“எல்லாருக்கும் ஒங்களைப் பாக்கணும்னு ஆசை” என்று தளும்பிய சந்தோஷத்தை சிதறாமல் தேக்கியபடி சொன்னார் “வீட்டுக்காரம்மா காலமாகி ரெண்டு வருசமாச்சு டீத்தண்ணி குடிக்கனும்னா செய்யது கடைதான்” ஒரு பையனை அதட்டி,

“ஏலே... மணி... அந்தால ரோட்டா இருக்கு பாரு அத எடுத்துக்கிட்டு பாய் கடைக்குப் போயி ஸ்ட்ராங்கா ரெண்டு டீ வேங்கிட்டு வாய்யா... சட்டுனு போய்யா...” ஒரு சிறுவன் பாய்கடைக்குப் பறந்தான்.

“நீங்க சொல்லுங்க.”

பகொல்ட் தன்னுடைய பெட்டியைத் திறந்து அதிலிருந்து ஒரு கலை நேர்த்தியுடன் இருந்த மரக் கைப்பிடி ஒன்றை எடுத்தான். இது எங்க குடும்பத்து ஸ்வார்ட்டோட கைப்பிடி. இருநூறு வயசாகுது. ரொம்ப பத்திரமா வச்சிருக்கோம் என்னோட தம்பி ஒரு முறை ஸ்வார்ட்டோட இருந்த இந்த கைப்பிடி கொஞ்சம் வெளியிலே வந்துடுச்சுன்னு ஹேமர் பண்ணிட்டான். பிரேக் ஆச்சு... இதை சரி பண்ணி தரணும்.”

“அதுக்கென்ன புதுசா இன்னும் ஸ்ட்ராங்கா செஞ்சுடலாம்.”

“தவறா நினைக்காதீங்க. இதையே சரிபண்ணித் தரணும். யாரைக் கேட்டாலும் வாளை பாக்காம செய்ய முடியாதுன்னு

சொல்லிட்டாங்க. வாளையே பாக்காம செய்யனும்னா உங்க ஒருத்தர் பேரைத்தான் சொல்றாங்க" என்றார் சச்சிதானந்தம்.

"இந்தக் கைப்பிடிக்காகவா இவ்வளவு தூரம் பறந்து வந்திருக்காரு?"

."இல்லைங்க அய்யா இவங்களுக்கு பரம்பரை பரம்பரையா டெக்ஸ்டைல் பிசினஸ் இவங்களோட மூதாதையர் தூத்துக்குடியில பஞ்சாலை வச்சிருந்தாங்களாம். அவரு பேரும் பகொல்ட்தான். அவருக்கு குடுத்த வாள்தான் அது அந்த பஞ்சாலை இருந்த இடம் அவரு வாழ்ந்த இடம் எல்லாத்தையும் பாக்கனும்னு இவருக்கு ஆசை."

"அப்ப அந்த வாள் எங்கே?"

"அது அங்க இங்கிலாண்ட்ல எங்க வீட்டுலே இருக்கு. அதை எடுத்துட்டு வர்றதுலே ஏதாவது பிராப்ளம் வந்து கஸ்டம்ஸ்லே பிடிச்சிட்டா அப்புறம் அது எங்க கைக்கு கிடைக்காம போயிடும் இது எங்க பரம்பரையைக் காப்பாத்துற வாள்..."

"அப்படியா?"

"ஆமா... இதை ஏழு தலைமுறைக்கு முன்னால இங்க இருந்த பாளையக்காரர் ஊமைத்துரை எங்க தாத்தாவுக்கெல்லாம் தாத்தாவுக்கு பரிசா கொடுத்தது."

"என்ன சொல்றியே ஊமைத்துரை தந்ததா?" அதிர்ச்சியில் எழுந்து நின்ற விசுவலிங்கம், "கட்டபொம்மன் தம்பி ஊமைத்துரைன்னு இருந்தாரே... அவரு குடுத்ததா?"

"ஆமாங்க/"

"ஆனந்தம்... இவரு சொல்றது நெசம்களா?" என்று உடன் வந்தவரைப் பார்த்துக் கேட்டார் விசுவலிங்கம்.

"நானும் இப்படித்தான் மொதல்ல நம்பலை... ஆனா இவரு அவங்க மூதாதையர் ஊமைத்துரையோட சண்டை போட்ட

காலத்துல எழுதுன புத்தகத்தை எல்லாம் ஆதாரமா காட்டுனார் அதுல இவங்க தாத்தாவுக்கு தாத்தா பகொல்ட் துரை எல்லாத்தையும் பத்தி எழுதி இருக்கு."

"பகொல்ட் துரை இல்லை அவரு பேரு பகொல்ட்தான். எங்களை அந்த காலத்துல நீங்கதான் துரைன்னு கூப்பிட்டீங்க. எனக்கு வச்ச பேரு பகொல்ட் துரை என்னோடட தம்பி பேரு எட்வர்ட் துரை."

"இருநூறு வருஷத்து கதைன்னு சொன்னீங்களே அது என்ன கதை?"

அதற்குள் டீ வந்தது எந்த சங்கோஜமும் இன்றி பகொல்ட் துரை அந்த டீயைக் குடித்தான். சச்சிதானந்தம்தான் சற்று தயங்கியது போல இருந்தது.

"அது 1801 ஆம் வருஷம் பிப்ரவரி மாசம் அப்ப இருந்த எங்க பிரிட்டிஷ் மிலிட்டரி குரூப் ஊமைத்துரையைப் பிடிக்க ஒரு படையை அனுப்பி இருந்தாங்க. கட்டபொம்மு இறந்த பிறகும் பாளையக்காரர்கள் பெரும்பாலும் டாக்ஸ் கட்டலை. அதுக்கு ஊமைத்துரை இருக்கற தைரியம்தான்னு அவரைப் பிடிக்க வெறியா அலைஞ்சாங்க. ஆனா கோட்டையை நெருங்க முடியலை. அவருக்குப் பின்னாடி ஏகப்பட்ட படை. ஆக்சுவலா கட்டபொம்முவோட பேக்போன் ஊமைத்துரைதான்னு அப்புறம்தான் ஜெனரல் மெக்காலேவுக்கு தெரிஞ்சுது. ரெண்டு முறை அவரைப் பிடிக்கப்போய் திரும்ப வந்துட்டாங்க. கிடைச்ச ஆளுகளை பிடிச்சுட்டு வந்துட்டாங்க அதனால ஊமைத்துரை ஒரு படையை அனுப்பி ஐ திங் அதிவீர... அதிவீர... சாரி... ஐ ஃபர்கெட் தி நேம்"

"அதி வீர பராக்கிரம பாண்டியன்... அந்தப் புத்தகத்துலே இருந்துச்சே" என்றார் சச்சிதானந்தம்

யெஸ் அதிவீர பராக்கிரம பாண்டியன் அவருதான் அந்த லீடர். எங்க தாத்தா பகொல்ட்டை பிடிச்சிட்டு வந்துட்டாங்க... அதுக்கப்புறம் பாளையங்கோட்டையிலே என்கொயரி

எப்படி நடந்துச்சுன்னு எழுதி இருக்காங்க. வழக்கமா இப்படி ஆப்போசிட் சைட்லே பிடிச்சா டெத் செண்டன்ஸ்தான் சும்மா பேருக்கு கேள்வி கேப்பாங்க அது ஒரு ஃபார்மாலிட்டி. கட்டபொம்மு தி பிரேவ்மேன் அவரு என்கொயரியிலே கரெக்டாதான் பதில் சொன்னாராம் பட் வெர்டிக்ட் அதான் உங்களுக்குத் தெரியுமே."

"பகொல்ட் வெசாரணை என்ன ஆச்சு?"

"அது மிராக்கிள் அப்படி நடந்ததை என்னால நம்ப முடியலை ஆனா எங்க தாத்தா உயிரோட இருந்தாரே அவரோட மகன் பின்னாடி தூத்துக்குடியிலே காட்டன் மில் ரன் பண்ணினார் இன்னிக்கு என் வரைக்கும் எங்க ஃபேமிலி இருக்குன்னா அன்னிக்கு நடந்த மிராக்கிள்தான்."

"என்னாச்சுன்னு சொல்லுங்க அண்ணாச்சி" எதிரே கூடி இருந்த கூட்டத்தில் இருந்த ஒரு இளைஞன் ஆர்வமாகக் கேட்டான்.

அவசரமாக தன் பெட்டியில் இருந்த சில பேப்பர்களை எடுத்தான் பகொல்ட்

"இதெல்லாம் அந்த விசாரணை நடந்தப்ப என்ன நடந்துச்சுன்னு எங்க தாத்தா எழுதுன குறிப்புகளோட ஜெராக்ஸ் எனக்கு உங்க ஊரு பேரு எல்லாம் மறந்துடும் கையிலே வச்சிக்கறேன்

என்கொயரி நடந்த அன்னிக்கு ஊமைத்துரை தன்னோட படையை வச்சிகிட்டு பிரிட்டிஷ் படைகிட்ட இருந்த திருவைகுண்டம், அப்புறம் கடல்குடி....

"அது கடல்குடி இல்லைங்க காடல்குடி" என்றார் பெரியவர் ஒருவர்

"ஆமா யெஸ் காடல்குடி நாகாலாபுரம், கோலார்பட்டி அப்புறம் ஆழ்வார் திரு... திரு..."

"துரை... என்ன திரு திருன்னு முழிக்குது" என்று இளவட்டம் ஒன்று நக்கல் செய்ய கூட்டம் கொலேரென சிரித்தது. பகொல்ட்டும் உடன் சிரித்தான்.

“ஆழ்வார் திருநகரி” என்றார் மறுபடி அந்தப் பெரியவர்

“தேங்க் யூ இந்த பாளையம் எல்லாம் பிரிட்டிஷ் படைகிட்டேர்ந்து திரும்ப பிடிச்சதால அந்த பாளையக்காரர்கள் தேங்க்ஸ் சொல்லவும் அடுத்த கட்ட ஸ்ட்ரக்கிள் பத்தி பேசறதுக்கும் வந்திருந்தாங்க அதுல திருவைகுண்டம் பாளையக்காரர் விலை உயர்ந்த முத்து மாலை ஒண்ணை ஒரு பெட்டியில் வச்சி ஊமைத்துரைக்கு பரிசாக தந்தார். எங்க பாட்டி மெர்லின்னோசா, ஊமைத்துரை அசெம்ப்ளிக்கு போயிட்டாங்க. பிரிட்டிஷ் ஆஃபீசர்ஸ் என்னென்ன தப்பு பண்ணினாங்கன்னு வரிசையா ஒருத்தர் படிச்சார். அதுல எங்க தாத்தா உடந்தையா இருந்தார் அதனால அவருக்கு மரண தண்டனை கொடுக்கணும்னு சொன்னார் . அப்ப எங்க பாட்டி கண்ணீர் விட்டு அழுது ஊமைத்துரைகிட்ட கெஞ்சினாங்க அவரு மிலிட்டரி ஆஃபீசர் இல்லை அவரு எதுவும் டிசிஷன் எடுக்கலைன்னு சொல்லி அழுதாங்க.”

“உங்க தாத்தா என்ன சொன்னார்.”

“அவரு எதுவும் பேசலை ஆனா சுத்தி இருந்த பாளையக்காரவங்க கோவமா கத்தினாங்க கட்டபொம்மன் கூட இருந்த சிவசுப்பிரமணி பிள்ளையை பணையமா பிடிச்சுகிட்டு போயி தூக்குல போட்டு தலையை மட்டும் வெட்டி ஈட்டியிலே குத்தி நமக்கு அனுப்பினாங்களே அவங்க ஆளை சும்மா விட்டுட முடியுமா? பார்ட் பார்ட்டாக வெட்டி அதே மாதிரி அவங்களுக்கு அனுப்புவோம்னு கத்துனாங்க. எங்க பாட்டி பயந்து போயி இன்னும் அதிகமா அழுதாங்க.. ஊமைத்துரை பேசமாட்டார் எல்லாம் சைகைதான். அவரு கைத்தட்டி ஒரு பெட்டியை கொண்டு வரச்சொன்னார். அதுல மாடு திங்கும்லே ஸ்ட்ரா ஸ்டிக்ஸ்...”

“வைக்கோலு.”

“ஆமாம், அதை அவரு சிம்பாலிக்கா வச்சிக்குவார். பிரிட்டிஷ் படை மேல அட்டாக் பண்ணனும்னா அதுலேர்ந்து ரெண்டு

துண்டை எடுத்து கையிலே வச்சி நசுக்கி பீஸ் பீஸா ஆக்கிட்டு அப்புறம் வாயால ஊதிடுவாரு அப்படின்னா அழிச்சிடுங்கன்னு அர்த்தம். பெட்டியை எடுத்து வரச்சொல்லி அதிலேர்ந்து ரெண்டு ஸ்டிக்கை எடுத்ததும் எங்க பாட்டிக்கு பாதி உயிர் போயிடுச்சு. முத்துமாலை இருந்த பெட்டியை எடுத்து அதிலேர்ந்த மாலையை அதிவீர பாண்டியன் கழுத்துல போட்டாராம். அவருதானே எங்க தாத்தாவை பிடிச்சவரு.. எல்லாரும் கைத்தட்டினாங்க முத்துமாலை வச்சிருந்த பெட்டியிலே ரெண்டு ஸ்டிக்கையும் வச்சி எங்க பாட்டிகிட்ட கொடுத்தாராம். பாட்டிக்கு புரிஞ்சிடுச்சு பத்திரமா எங்க தாத்தாவை திருப்பி கொடுத்துட்டாரு அவங்க இப்பவும் அழுதாங்க ஆனா இது ஆனந்தத்துலே அழுதது. சபை கொஞ்ச நேரம் அமைதியா இருந்துச்சு . ஊமைத்துரை அவரு முத்திரை போட்ட ஒரு பியூட்டிஃபுல் வாளையும் குதிரையோட சேணத்தையும் குடுத்தாராம். பத்திரமா திரும்பிப் போக.

எங்க தாத்தா தன்னோட நோட்ஸ்லே எழுதி இருக்கார் எனக்கு உயிர்பிச்சை போட்ட ஊமைத்துரை ஒரு மாவீரன் மனித குல தெய்வம் அவரோட வாளை பரம்பரையா பத்திரமா வச்சிக்கணும் அவருக்கு நன்றி சொல்ல நாலு வார்த்தை தமிழ்ல பேச எனக்குத் தெரியலை அதனால இனி நம்ம பரம்பரையிலே பிறக்கப்போற பிள்ளைகள் கண்டிப்பா தமிழ் கத்துக்கணும். அதே மாதிரி அவருக்கு தேங்க்ஸ் சொல்ற விதமா ஆண் குழந்தைகளுக்கு துரைன்னு பேர்ல சேர்த்து வைக்கணும் துரைன்னா ஜென்டில்மேன் மனிதாபிமானி அப்படிப் பார்த்தா அவருதான் உண்மையான துரை."

"அப்படின்னா நீங்க எல்லாம்." குறும்பாக ஒருவன் கேட்க,

மற்றொருவன் "வைக்கோல் துரை" என்று குறும்பாகப் பதிலளித்தான்.

கூட்டம் முன்னைவிட அதிகமாகச் சிரித்தது.

பகொல்ட் எழுந்து நின்று எல்லோரையும் பார்த்து வணங்கி "தேங்க்ஸ்" என்றான்.

“இப்பவும் உங்களுக்கு எல்லாம் நன்றிங்கற வார்த்தை வராதே நன்றி இருந்தாத்தானே வரும்.. எழுந்திருச்சு போங்கய்யா வெளியிலே” கோபமாகக் கத்தினார் விசுவலிங்கம் எல்லோரும் பதறிப்போய் அவரைப் பார்த்தனர். சச்சிதானந்தம் வெலவெலத்துப் போனார்.

“அய்யா எதுக்குக் கோச்சுக்கறீங்க?” பயந்த குரலில் கேட்டார் சச்சிதானந்தம்

“பின்ன என்னங்க இவருக்கு உயிர்பிச்சை போட்ட அதே வருஷம் நவம்பர் மாசம் ஊமைத்துரையை தூக்குல போட்டுட்டாங்க உசுரைக் கொடுத்த ஊமைத்துரையை இவங்க தாத்தா திரும்பவும் உசிரைக் கொடுத்து காப்பாத்தி இருக்கணும்லே அந்த ஆளு என்னடான்னா தூத்துக்குடிக்கு வந்து பஞ்சாலை வச்சு கோடிகோடியா சம்பாதிச்சு சொந்த ஊருக்கு எடுத்துட்டு போயிருக்காரு.. அதாங்க இவன் வாயிலே நன்றிங்கற வார்த்தையே வரமாட்டேங்குது தமிழ்ல ஒரே அர்த்தம் வர்றமாதிரி ஆயிரம் சொல்லு இருக்கு ஆனா நன்றிங்கற வார்த்தைக்கு வேற சொல்லே கிடையாது ஏன்னா அதுக்கு இணையா ஒரு சொல் இருக்க வேணாம் அப்படின்னு யோசிச்சு வச்சிருக்காங்க பெரியவங்க. நான் இந்த வேலையை ஒப்புத்துக்கலைங்க.. நன்றி கெட்ட ஆளுங்ககிட்ட அந்த மாவீரன் வாள் இருக்க வேணாம் நல்லபடியா அதை கவர்ன்மென்ட்ல ஒப்படைச்சிடுங்க. மனிதாபிமானம் நன்றி பெருந்தன்மை எல்லாம் ரத்தத்துலே வர்றதுங்க.

பாஞ்சாலங்குறிச்சி சிந்து கேட்டு இருக்கீங்களா களத்துல உசுரு போகற நேரத்துலே பிள்ளையை மடியிலே போட்டுக்கிட்டு அவனைப் பெத்த தாயி கதறி இருக்கா. அந்தப் பையன் சொல்லி இருக்கான் ‘அம்மா எப்படியும் நான் பொழைக்க மாட்டேன் அது அங்க அடிபட்டு கிடக்கறாரே அவருதான் ஊமைத்துரை. அவரை காப்பத்தும்மா சுத்துப்பட்டு பாளையத்தை எல்லாம் அவரு காப்பாத்துவாரு’ன்னு சொன்னானாம். மறுபேச்சு இல்லாம அந்த அம்மா ஊமைத்துரையை மடியில வச்சிகிச்சாம்.

அந்த நேரம் பாத்து எதிரிங்க வந்துருக்காங்க அவரு மேல துணியை போட்டு மூடி ஐயோ என் மகன் பெரியம்மை தாக்கி இறந்துட்டானேன்னு ஒப்பாரி வச்சி அழுதுச்சாம் வந்தவனுங்க பெரியம்மையான்னு பயந்து ஓடிட்டானுங்களாம். ஊமைத்துரை பொழைச்சு அப்புறமாத்தான் உங்க கண்ணுலே வெரலை விட்டு ஆட்டுனாரு..."

பகொல்ட் அவரைப் பார்த்து மறுபடி வணங்கி "உண்மைதான் எங்க மிலிட்டரி ஜெனரல் ஜார்ஜ் ஹியூஸ் கூட அது பத்தி எழுதியிருக்காரு. நீங்க சொன்ன மாதிரி பிளட்லே வரணும் இருநூறு வருஷமா இந்த வாள் எங்ககிட்ட இருந்தும் பயனில்லைன்னுதான் தோணுது அந்த வீரமும் வராது நன்றியும் வராது. நான் வர்றேன்" என்று கிளம்பினான்.

"இருங்க ஒரு நிமிஷம்" என்று அவனைத் தடுத்த சச்சிதானந்தம். விசுவலிங்கத்திடம் "அய்யா..அந்த அம்மா அன்னிக்கு கண்ணீரும் கம்பலையுமா நின்னு கேட்டதாலே இவங்க தாத்தா உயிரையே திருப்பிக் கொடுத்தாரு ஊமைத்துரை. அங்க இருந்தவங்க எல்லாம் ஊமைத்துரைக்காக உயிரையே கொடுக்கத் தயாரா இருந்தவங்க அவங்களே ஒரு வார்த்தை அவரை கேக்கலை. அப்படிப்பட்ட அவரு கொடுத்த வாளை நாம திருப்பிக் கேக்கலாமா? நமக்கு என்ன உரிமை இருக்கு அதுவும் இல்லாம அடைக்கலம்னு வந்து ஒருத்தவங்க வந்து கேட்டா அதை எப்பாடு பட்டாவது செய்து தர்றதுதானே நம்ம பண்பாடு.. இப்பதான் சொன்னீங்க அதெல்லாம் ரத்தத்துலே இருக்கணும்னு இப்படி அவரைத் திருப்பி அனுப்பிட்டா அந்த ரத்தம் நமக்குள்ளே ஓடலைன்னு அர்த்தமாயிடும் இல்லிங்களா?"

ஒரு கணம் திகைத்தார் விசுவலிங்கம்.

"செஞ்சு குடு வாத்தியாரே... ஊமைத்துரை கைப்பட்ட வாளுக்கு கைப்பிடி போட்டோம்கறது எவ்வளவு பெருமை நாம பெருந்தன்மையாவே இருப்போம் வாத்தியாரே" என்றான் கூட்டத்தில் இருந்த இளைஞன் ஒருவன்.

விசுவலிங்கம் கைப்பிடியை எடுத்தார். ஒரு கணம் அதனை வருடிக் கொடுத்தார் ஒரு வீர யுகத்தின் வரலாற்றைச் சுமந்து கொண்டிருப்பதை ஒரு அதிர்வில் உணர்ந்தார் விசுவலிங்கம். ஒரு சிலிர்ப்பில் உடலெங்கும் பரவியது அந்த உணர்வு.

“இந்தப் பிறவிக்கு இந்த ஒரு நிமிஷம் போதும்ங்க இந்த நிமிஷத்துக்காக என்ன வேணும்னாலும் தரலாம் .நாளைக்கு வந்து வாங்கிக்கங்க.”

“அப்ப வாள் இல்லாமலே சரி செஞ்சுடுவீங்களா அவுரு அங்கப் போய் ஃபிக்ஸ் பண்ற மாதிரி”

“இது தெய்வத்துக்கு தேர் செஞ்ச ‘கை’ங்க. ஊமைத்துரைக்கு பேச வராதுன்னு சொல்வாங்க.. ஆனா அவரு கைப்பட்ட இந்தக் கைப்பிடியிலே அவரோட சொல் ஒவ்வொரு அணுவிலேயும் இருக்குது அது தெய்வத்தோட சொல். எனக்கு கேக்குதுங்க கேக்கும் அதை வச்சி வாளை கற்பனை பண்ணிடுவேன் நான் பாத்துக்கறேன்.”

இருவரும் நிம்மதிப் பெருமூச்சுடன் கிளம்பினார்கள்.

(கனடா குவிகம் – கொலுசு இதழ் நடத்திய சிறுகதைப் போட்டி 2022ல் மூன்றாம் பரிசு பெற்ற சிறுகதை)

11. மழைத்தூறல் போல் கோடிட்ட சந்தனச் சட்டை

அந்தக் கடிதம் இத்தனை வருடம் கழித்து என் கையில் கிடைத்தது அதிர்ச்சியா அல்லது ஆனந்தமா என்று சொல்லத் தெரியவில்லை. ஆனால் ஒரு வகையில் அரவிந்தனின் அறியப்படாத இன்னொரு பக்கத்தை உணர வைத்தது. ஐசக் பலத்த பீடிகையோடுதான் அந்தக் கடிதத்தை என்னிடம் கொடுத்தார். ஒரு தபால்காரர் என்பதையும் மீறி ஐசக்கோடு எனக்கு ஆத்மார்த்தமான நட்பு இருந்தது. கொடுக்க வேண்டிய தபால் எதுவும் இருந்தால் 'ஒரு கடுதாசி இருக்கு.. கடைசியா வர்றேன்' என்றபடி கையசைத்துவிட்டுச் செல்வார். பட்டுவாடா எல்லாம் முடிந்த பிறகு சாவகாசமாக என் கடைக்கு வருவார். ஊர்க்கதை உலகக் கதை எல்லாம் பேசிவிட்டு நிதானமாகச் செல்வார்.

நகரமும் அல்லாத கிராமமும் இல்லாத புறநகர் பகுதியில் இருக்கும் ஒரு மளிகைக் கடை அத்தனை பரபரப்பாய் இருப்பதில்லை. மாடம்பாக்கம் தாம்பரத்திலிருந்து ஒன்பது கிலோமீட்டரில் இருக்கிறது. மாடம்பாக்கத்தின் எல்லை முடிகிற சாந்தா நகரில் இருக்கிறது என் கடை. பாலில் இருந்து

தக்காளி வரை எல்லாமும் கிடைக்கிற மாதிரிதான் சரக்கு வைத்திருக்கிறேன். இன்னமும் முழுமையாக குடியிருப்புகள் வந்து சேராததால் ஆள் நடமாட்டம் குறைவுதான்.

மரம் மட்டைகள் வெட்டி வீழ்த்தப்பட்டப் பிறகு பொட்டலாய் கிடக்கும் செம்மண்திடலை நீள் செவ்வக வடிவில் அறுத்து எடுத்து போட்டது போல சாலைகள் குறுக்கும் நெடுக்குமாய் கிடக்கும் இந்த நகரில், காக்கைகளின் குரல் அவ்வப்பொழுது கேட்கும். அதைத் தவிர வேறு குரல்களை அவ்வளவு சுலபமாக பெரிதாக, சப்தமாகக் கேட்க முடியாது. நடக்கும் தூரத்தில் தேனுபுரீஸ்வரர் ஆலயம் இருப்பதுதான் மிகப்பெரிய ஆறுதல்.

மளிகைக் கடையின் கல்லாப் பெட்டியில், அதுவும் ஆள் வரத்து அதிகம் இல்லாத கடையில் அமர்ந்திருப்பது போன்ற ஆயுள் தண்டனை வேறொன்று இருக்க முடியாது. யாரும்தான் வரவில்லையே என்று கல்லாவைவிட்டு எழுந்து வந்து, காற்றாட தெருவில் நின்றால் அப்பொழுதுதான் அரக்கப் பறக்க ஒருவர் வருவார், அவர் வாங்க விரும்பிய பொருட்களை நாம் தயாராகக் கையில் வைத்துக்கொண்டு தெருவில் நிற்க வேண்டும் என்பது போல் ஒரு அவசர பதட்டத்துடன் கையில் சீட்டைக் கொடுப்பார். நின்று நிதானித்து தருவதற்கு வழி விடாமல் சரி, சரி இருக்கறதைக் கொடுங்க... மீதியை அப்புறம் பாத்துக்கலாம் என அவசரப்படுத்துவார். அதுக்கப்புறம் அடுத்த ஒரு மணி நேரத்துக்கு ஒரு ஈ, காக்கா வராது. எதிர்காலத்தில் நல்லா டெவலப் ஆகிவிடும் என்று ஒரு நம்பிக்கையில் கடைக்கு ஒரு பையனைக் கூடப் போடாமல் காலத்தை ஓட்டுகிறேன்.

பொருட்களின் பரிமாற்றத்தைத் தவிர மனிதர்களைப் பொருட்படுத்தும் வழக்கம் கிராமங்களைத் தாண்டி இருப்பதே இல்லை. கும்பகோணம் சக்கரபாணி மளிகைக் கடையில் சதா ஒரு கூட்டம் அமர்ந்திருக்கும். ஏன் அப்பாவின் தறி நெசவுக்கூடத்தில் கூட அரட்டைப் பட்டாளம் ஒன்று எப்பொழுதும் இருக்கும். சட்டைப் போடாத வெற்றுடம்புடன் அப்பா ஒரு பக்கம் தறி நெய்துகொண்டிருக்க, சகல விஷயம்

பற்றியும் அவரிடம் கருத்துக் கேட்டுவிட்டுதான் அந்தக் கூட்டம் நகரும்.

எனக்கு இருக்கும் அதே ஏக்கம் ஐசக்குக்கும் இருக்கும் போலும். தபால் சேவை முன்பு போல் சுமையானதாக இல்லை. அலுவலகக் கடிதங்கள் தவிர. அதிகம் கடிதப் போக்குவரத்துக்கள் இல்லை. எனவே பட்டுவாடா முடிந்ததும் என்னுடைய கடைதான் ஐசக்குக்கு சரணாலயம்.

அன்றைக்கும் ஒரு கடிதத்துடன்தான் ஐசக் வந்தார். "அண்ணாச்சி இன்னிக்கு ஒரு பொக்கிஷத்தை உங்களுக்குத் தரப்போறேன்" என்றார்.

"ஏதாவது வெயிட்டான மணியார்டரா?"

"அதில்லை அண்ணாச்சி இது அதுக்கும் மேலே"

"பீடிகை பலமா இருக்கே எனக்கு அப்படி என்ன பொக்கிஷம் வரப்போவுது? ரெண்டு மூணு பேங்குல லோன் தான் அடையாம கெடக்கு.. அவனுக எதுனாச்சும் டாக்குமெண்ட்-ஐ கத்தையா அனுப்பி வச்சிருப்பானுக..."

"இல்ல அண்ணாச்சி இது நெசமாலும் பொக்கிஷம்தான். பாத்தா அசந்துடுவீங்க..."

கொஞ்சம் போக்கு காட்டிவிட்டு அந்தக் கடிதத்தை நீட்டினார். அப்பாவின் கையெழுத்து.. "என்ன ஐசக்கு இது.. அப்பா செத்துப்போயி ஒண்ணரை வருஷம் ஆவுதே.. இப்ப எப்படி இது" ஆச்சரியத்துடன் கேட்டேன்.

"சொன்னேல்லே பொக்கிஷம்னு... எப்பவாச்சும் இப்படி எங்க டிபார்ட்மென்ட்ல நடக்கறது உண்டு.60 வருஷம் கழிச்சுக் கூட ஒரு தபால் போய் சேர்ந்திருக்கு. தபால் பெட்டியிலயோ, லாக்கர்லயோ இந்த மாதிரி அபூர்வமா ஒரு சில கடிதம் சிக்கிக்கறது உண்டு... அப்புறம் யார் கண்ணுலயாவது மாட்டிக்கும்... இல்ல... எப்படியோ வழி மாறி வட நாட்டு

பக்கம் போயிடும்... தமிழ் தெரிஞ்சவன் கையில சிக்கும்... அப்படி வந்த கடிதாசி இது.”

அப்பா அதிகம் பேசுகிறவர் இல்லை... என்ன நினைக்கிறாரோ அதை எழுதுகிறவர்.. வருஷம் தவறாமல் அவரது டைரி நிரம்பிதான் கிடக்கும். அதில் கணக்கு வழக்குகள் இருக்காது. சுந்தர ராமசாமிக்கும், கிராவுக்குமெல்லாம் பக்கம் பக்கமாக கடிதம் எழுதியிருக்கிறாராம்.. அவரது கடிதங்கள் சம்பிரதாய எழுத்துக்களாக இருக்காது.. ஒரு கதை மாதிரி அழகாக விரியும்.. ஐசக்கிடம் எப்பொழுதாவது அவரது சுவாரசியமான கடிதங்களைப் படித்துக் காண்பித்திருக்கிறேன்.

‘உங்கப்பாவோட கடுதாசி ஒவ்வொண்ணும் இலக்கியம் அண்ணாச்சி’ என்பார் ஐசக். உறையைப் பிரித்து உள்ளிருந்த கடிதத்தைப் எடுத்து படித்தேன்.

“அன்புள்ள சின்னவனுக்கு..

நலம்தானே... அரவிந்தன் எங்களோடு இருந்த நாட்களில் நானும் உன் அம்மாவும் பத்துவயது குறைந்தது போல் உணர்ந்தோம். வீட்டின் ஒவ்வொரு பகுதியிலும் அவன் நிற்பது போலவும், விளையாடுவது போலவுமே இருக்கிறது. அவனும் உன்னை மாதிரியே புத்திசாலி. எத்தனைக் கேள்விகள் கேட்டான் தெரியுமா? பல சமயம் பதில் தெரியாமல் நாங்கள் இருவருமே விழித்திருக்கிறோம். குழந்தைகளுக்கு முன்னால் முட்டாளாய் இருப்பதற்கு கொடுத்து வைத்திருக்க வேண்டும் இல்லையா?

பத்து வருஷம் தவமிருந்து பெற்ற பிள்ளை இல்லையா அவன்? அரவிந்தன் ஒரு அற்புத சிருஷ்டி. சில சமயம் உன்னையும், சில சமயம் உன் அம்மாவையும், சில சமயம் என் அம்மாவையும் நினைவுப் படுத்திக்கொண்டே இருக்கிறான் என்ன வேண்டும் என்று கேட்டால்... ‘ஒண்ணும் வேண்டாம் தாத்தா... எல்லாம் என்கிட்ட இருக்கு’ என்கிறான். எனக்கு ஆச்சர்யமாக இருந்தது. இத்தனை வருடங்கள் வாழ்ந்தும், கழிந்தும் அந்த வார்த்தைகளை என்னால் சொல்ல முடியவில்லையே என வெட்கப்பட்டுக்கொண்டேன்.

ஆனாலும் அவனுக்கு ஒரு சந்தனக்கலர் சட்டை ஒன்று எடுத்துத் தரவேண்டும் என்பது எனது நீண்ட நாள் ஆசை. மழைத்தூறலின் சிறு கோடுகள் படுக்கை வாட்டத்தில் இருப்பது போல அதில் ஒரு டிசைன் இருக்க வேண்டும். தலை வழியே உள் நுழைத்து பிரஸ் பட்டன்களை அமுக்கி போடுவது போல இருந்தால் இன்னும் விசேஷம்.

உண்மையில் அது எனக்கு கனவுச் சட்டை. இப்பவெல்லாம் அழகழகான டிசைன்களில் அசர வைக்கும் வண்ணங்களில் ரெடிமேட் சட்டைகள் கிடைக்கின்றன. ஆனால் அந்தக் காலத்தில் அப்படி இல்லை. தீபாவளிக்கோ, பொங்கலுக்கோ ஒரு சட்டை எடுப்பார்கள். அதுவும் பெரும்பாலும் அப்பாவின் தேர்வாகவே இருக்கும். வளர்ற பையன் கொஞ்சம் தொள தொளன்னு இருக்கட்டும்னு டெய்லர் கிட்ட முன்கூட்டியே சொல்லிடுவார் அப்பா. அவர்தானே காசு குடுக்கப்போகிறவர். அதனால் அவர் பேச்சுதான் எடுபடும்.

அண்ணன் தம்பி நாலு பேருக்கும் ஒரே மாதிரி சட்டை, ட்ரவுசர் ஒண்ணு கோடு போட்டதா இருக்கும் இல்ல கட்டம் போட்டது. ஜெயில் கைதிங்க மாதிரி போட்டுகிட்டுத் திரிவோம். உங்க அத்தைங்க பாடு இன்னும் மோசம். சீட்டித்துணியில பூ போட்ட டிசைன் கண்ணுல அடிக்கிற மாதிரி கலர்ல வாங்கி தைச்சிக் கொடுத்துடுவாங்க. அதுங்க பாவாடை நாடாவை இறுக்கிப் பிடிச்சுக் கட்டறதும், ஓடறச்சே அது கழல்றதும் பாக்க பரிதாபமா இருக்கும்.

ஒரு கல்யாணத்துக்கு போனப்போ அங்க நாயனக்காரரு ஒருத்தர் சந்தனக் கலர் சட்டை, அதுல வெள்ளையில தீட்டுனா மாதிரி சின்ன சின்னக் கோடுகள், ஜிப்பா ஸ்டையில்ல பொத்தான், கழுத்துல தேர் வடம் கணக்கா செயின், வாயில பன்னீர் புகையிலைன்னு அமர்க்களமா இருந்தார். அவருதான் எனக்கு அப்ப ஹீரோ. அங்க பிடிச்சுது எனக்கு சந்தனச் சட்டை பைத்தியம். ஜன்னி கண்ட மாதிரி அதையே பினாத்திக்கிட்டுக் கெடந்தேன்.

கனவுல எல்லாம் அந்த சட்டையைப் போட்டுகிட்டு அந்த நாயனக்காரரு மாதிரியே நடந்தேன். ஒரே ஒரு வித்தியாசம் நெசத்துல அவரு நாயனம் ஊதுவாரு. கனவுல நான் நடந்து வருவேன் எனக்கு பின்னால யாராச்சும் ஊதிக்கிட்டு வருவாங்க..

ஒரு தீபாவளிக்கு உங்க தாத்தாகிட்ட கெஞ்சி கூத்தாடி அந்தச் சந்தனக்கலர் சட்டைக்கு பெர்மிஷன் வாங்கிட்டேன். கடையில போயிப் பார்த்தா அந்த மழைக்கோடு இல்லை. சரி போவட்டும்னு பிளையினா எடுத்துக்கிட்டேன். தீபாவளிக்கு ஒரு வாரம் இருக்கறப்பதான் அப்பா துணியே எடுப்பாரு. தைக்க கொடுக்க பின்னேயும் ரெண்டு நாளு தள்ளுவாரு. மொள்ள தேரை அசைக்கிற மாதிரி அவரை நவுத்தி துரைசாமி டெய்லர் கடைக்குத் தள்ளிட்டுப் போனோம். அவருதானே நம்ம குடும்பத்துக்கு ஆஸ்தான டெய்லரு. எப்பொழுதும் அவரது கடையில் சின்ன சைஸ் டிரான்சிஸ்டரில் இலங்கை வானொலியின் தேர்ந்தெடுத்த பாடல்கள் ஒலித்துக் கொண்டே இருக்கும். அந்தப் பாடல்கள் பல சமயம் துணிவாங்க வருகிறவர்களுடைய காத்திருப்பின் சலிப்பை அல்லது கோபத்தை சாந்தப்படுத்தும் தந்திரமோ என்று கூட நினைப்பேன். ரேடியோ பாடாத சமயங்களில் துரைசாமியின் வாய் பாடிக் கொண்டிருக்கும். அன்றைக்கும் அப்படித்தான் துரைசாமி உற்சாகமாக பாடிக் கொண்டிருந்தார்.

நான் மலரோடு தனியாக ஏன் இங்கு நின்றேன்
என் மகாராணி உனக்காக ஓடோடி வந்தேன்

அப்பாவையும் எங்களையும் பார்த்ததும் இன்னும் முகம் மலர்ந்து பாடினார் துரைசாமி.

மறக்காமல் அப்பா தனது இன்ஸ்ட்ரக்ஷனை ஒற்றை வரியில் சொல்லிவிடுவார்

“துரைசாமி எப்பவும் போல வளர்ற புள்ளைங்க பார்த்து தைச்சிடு”

“நீங்க சொல்லணுமா எனக்குத் தெரியாதா?...” என்று சிரித்தபடியே சொல்லிவிட்டு, “நீ இல்லாமல் யாரோடு உறவாட

வந்தேன் உன் இளமைக்குத் துணையாக தனியாக வந்தேன்...” அளவு எடுக்கும்போது அப்பாவுக்குத் தெரியாமல் டைட்டா என்று சைகைக் காட்டினேன். துரைசாமி புரிந்தது போல தலையை ஆட்டி கட்டை விரலை உயர்த்திக் காட்டினார்.

தைக்க கொடுத்தப்பிறகு அப்பா கடைத்தெரு போயிட்டு வர்றப்ப எல்லாம் அவரு கையையே பாத்துகிட்டு இருப்போம். அவரு எந்த சலனமும் இல்லாம சோத்தைப் போடு, அப்பளம் வையின்னு யதார்த்தமா இருப்பாரு... ஆனா எங்களுக்குத்தான் திக் திக்குன்னு இருக்கும் ஒரு வேளை சட்டை, வண்டி பெட்டியில இருக்குன்னு சொல்லுவாரோன்னு பாத்துக்கிட்டு இருப்போம். ஆனா அவர்கிட்டே இருந்து எந்த அறிகுறியும் இருக்காது. அம்மா மென்னு முழுங்கி டெயிலரைப் பார்த்தீங்களான்னு கேப்பாங்க. ஆஹா அதைத்தான் மறந்துட்டேன் அப்படிம்பாரு. எங்களுக்கு எல்லாம் வடிஞ்சிடும்.

அடுத்த நாள் இதே காட்சி தொடரும். ஒருநாள் அவராகவே 'நாளைக்குத் தர்றேன்னு சொன்னான்' அப்படின்னாரு அதாவது தீபாவளிக்கு ரெண்டு நாளு முந்தி. எப்படா விடியுமுன்னு காத்துக் கெடந்து அடுத்த நாளு அப்பாவை எதிர்பார்க்காம, நாமளே கடைக்குப் போயி கேட்டுருவோம்னு கௌம்பிட்டேன். என்னைப் பார்த்ததும் தொரைசாமி “ஓராயிரம் பார்வையிலே உன் பார்வையை நானறிவேன். அட சின்ன மொதலாளி.. இங்கப்பாருடா... சந்தனச்சட்டையை பாக்க வந்திருக்காரு.. டேய் காதரு எங்கடா அந்தச் சட்டை?” அப்படின்னாரு சிரிச்சுக்கிட்டே.

“அது காஜா எடுக்கப்போயிருக்கும்” அப்படின்னான் காதர் தலையை நிமிர்த்தாமல்

“அதுக்கு ஸ்பெஷல் பட்டன் வைக்கணும்ல அதான் அக்காகிட்ட தைக்க வீட்டுக்கு அனுப்பி இருக்கேன். ஒரு எட்டு மணிக்கு ரெடியாயிடும். நீ கவலைப்படாம வீட்டுக்குப் போ ராசா... உன் காலடி ஓசையிலே உன் காதலை நான் அறிவேன்” அதே உற்சாகத்தோடு துரைசாமி.

மணி நாலுதான் ஆகி இருந்தது. வீட்டுக்கு வந்தேன். அன்று பார்த்து எல்லா கடிகாரமும் அநியாயத்துக்கு மெல்லமாக ஓடியது. வந்த கோவத்துக்கு கடிகாரத்துக்கு உள்ளாற போயி முள்ளை தள்ளிவிடலாமான்னு நெனச்சேன் அவ்வளவு ஆத்திரம். ஏழரைக்கு மேல தாக்குப் பிடிக்க முடியலை. கடைக்குப் போனா தொரைசாமி தலையை நிமித்தாம தச்சிகிட்டு இருந்தாரு. நெருப்பை கால்ல கொட்டுனது கணக்கா நெளிஞ்சுகிட்டு நின்னேன். ஒரு வழியா நிமிர்ந்துப் பாத்தவர் “டேய் காதரு என்னடா பண்றான் அந்த லாண்டரி கடைக்காரன். போயி அவன்கிட்ட ரெடியான துணியை மட்டும் வாங்கிவா.. அப்படியே எஸ்.என் ஆர் கடையில ரெண்டு பாபின் வாங்கிட்டுவா” என்று சொல்லிவிட்டு பாடாத ரேடியோவை எடுத்து மேலும் கீழுமாக மும்முரமாக அதைத் தட்டினார்.

காதர் கிளம்பினான். எனக்குள் மல்லிகைப்பூ பூக்கத்தொடங்கி அந்தக் கடைதெரு முழுவதும் வாசனை பரவுன மாதிரி இருந்துச்சு. காரணம் இல்லாம எல்லாரையும் பார்த்து சிரிச்சேன்.

“டைட்டா தச்சிருக்கிங்களா?”

“பின்ன... செம டைட்டு தங்கச்சுரங்கத்துல சிவாஜி கணேசன் போட்டுருப்பாரே அது மாதிரி... உங்க அப்பாவுக்கு என்ன பதில் சொல்றதுன்னுதான் தெரியலை! அவரு கண்டிப்பா என்ன திட்டப்போறாரு.. பாத்துக்குவோம்... இதகூட சின்ன மொதலாளிக்குச் செய்யலன்னா எப்படி?”

பெருமிதமாய் சிரித்தேன்.

“அண்ணன் அக்காங்களோட சட்டை?”

“எல்லாம் ஓட்டுக்கா அயனிங்குக்கு போயிருக்கு.”

காதர் காற்றில் பைக் ஓட்டிக்கொண்டே வந்து கடைக்கு முன் ஸ்டாண்ட் போட்டான். அவன் கையில் துணி ஏதுமில்லை. கால்சட்டையிலிருந்து பாபினை டேபிளில் வைத்துவிட்டு தன்னோட வேலையில் ஐக்கியமாயிட்டான்.

“போன வேலை என்னடா ஆச்சு... என்ன சொன்னான் லாண்டரி.”

“இடையில கரண்டு போயிடுச்சாம் அதான் லேட்டாம். பத்து மணிக்கு வரச்சொன்னாரு”

“பத்து மணியா?ஏண்டா புள்ளை எப்பத் தூங்கி எப்ப எந்திரிச்சு எப்ப வெடி வெடிக்கறது? நின்னு வாங்கிட்டு வரதில்லை. தீவட்டி.. தீவட்டி.... ஒண்ணு பண்ணுங்க தம்பி, நீங்க நேரா வீட்டுக்கு போங்க... கடைய சாத்திட்டு வர்றச்ச நானே வந்து வீட்டுல குடுத்துடறேன். கவலைப்படாம போயி தூங்குங்க.”

வீட்டுக்கு வந்த எனக்கு தூக்கமே இல்லை. மறுபடியும் ஒரு தலையணை நனைந்தது. ராத்திரி ஏதோ வேலையா கடைக்குப் போன அப்பாவும் வெறுங்கையோடதான் திரும்பினார். “கடையை சாத்திட்டு வரச்சே வீட்டுல குடுத்துடறேன்னு சொல்றான்.. காலையில படைக்கறச்ச சட்டை இருந்தா போதுமில்ல அதுக்கு மின்னாடி வந்து என்ன பண்ணப்போறீங்க” என்று அம்மாவிடம் அப்பா சத்தம் போட்டது காதில் விழுந்தது. ரொம்ப நேரம் தூங்காமயே இருந்த நான் எப்பத் தூங்கினேன்னு எனக்குத் தெரியாது.

மறுநாள் காலையில அம்மா எழுப்பினப்பதான் வெடி சத்தமெல்லாம் கேட்டு “அய்யோ தீபாவளியாச்சே. அது தெரியாம தூங்கிட்டமா” அப்படின்னு அரக்க பரக்க எந்திரிச்சேன். ஓடிப்போய் சாமி ரூம்ல பார்த்தேன். அங்கதானே புதுத் துணியை படைக்க வச்சிருப்பாங்க. ஆனா தட்டுல பழம், பணியாரம், வெத்தலை, சூடம் எல்லாம் இருந்துச்சு புதுத் துணிங்களைத்தான் காணும். ஏற்கனவே எழுந்திருந்த என் அண்ணனுங்க, அக்காங்க எல்லாம் அழுது கண்ணு வீங்கிக் கெடந்தாங்க. அப்பா குளிச்சுட்டு இடுப்புல துண்டைக் கட்டிகிட்டு வந்தவர் “கயவாலிப்பய இப்படி பண்ணிப்புட்டானே.. தெரிஞ்சவன்னுதானே அவன்கிட்ட குடுத்தோம்..சரி வுடுங்க.. காலையில கடை தொறந்ததும் வாங்கிடலாம்”னாரு.

அந்த வயதில் தீபாவளிக்கு புதுத் துணி போடாமல் வெடி வெடிப்பது போன்றதொரு அவமானம் உலகத்தில் வேறொன்று இல்லை. நான் பலகாரங்களை சாப்பிடாமல் புறக்கணிப்பு செய்தேன். ஒன்பதானதும் வேகமாகக் கடைக்கு ஓடினேன். கடை பூட்டிதான் கிடந்தது. காதர் வெளித்திண்ணையில் தூங்கிக்கொண்டிருந்தான். நான் காதரை எழுப்பினேன். கண்ணைக் கசக்கிக்கொண்டே எழுந்தவன் என்னைப் பார்த்ததும் “இன்னுமா உன் துணி வரலை?” நான் உதட்டைப் பிதுக்கி இல்லை என்பது மாதிரி தலையை ஆட்டினேன்.

காதர் எழுந்து கடையின் ஜன்னலைத் திறந்து “உள்ளப்பாரு உன் சட்டை இருக்கான்னு” அப்படின்னான்

நான் ஜன்னல் வழியே பார்த்தேன். என் சட்டைத்துணி இருந்தது அதற்கு கீழே பத்திரமாக அண்ணன் அக்காக்களோட தைக்காத துணிகள். தொரைசாமி உட்கார்ந்திருந்த ஸ்டூல் மீது. எப்படி கொடுத்தமோ அப்படியே இருந்தன. அதன் மீது உட்கார்ந்தபடிதான் தொரைசாமி எல்லா ரீலையும் ஓட்டி இருக்கிறார் என்று நினைத்தபோது கோபம் கோபமாக வந்தது. நான் அழுதுகொண்டே துரைசாமி வீட்டுக்குச் போனேன். துரைசாமி உடம்பை அசைக்க கூட முடியாமல் படுத்துக் கிடந்தார். என்னவோ தசை கூட்டு பிரச்சினையாம் கழுத்திலிருந்து இடுப்பு வரை அசைக்கக் கூட முடியவில்லையாம். யாரையும் திரும்பிப்பார்க்க கூட அவரால் முடியவில்லை. ஒவ்வொரு அசைவுக்கும் அய்யோ அம்மா என்று கத்தினார். அவரது மனைவி சாரதா அழுது கொண்டே இருந்தாள். உள்ளூர் வைத்தியரின் அதிரடி வைத்தியங்கள், அக்கம் பக்கம் உள்ளவர்களின் கைவைத்தியங்கள் இப்படி எதுவும் பலிக்கவில்லை. ஆம்புலேன்ஸ் வருவதற்காக காத்துக் கொண்டிருந்தார்கள். என்னைப்போலவே இன்னும் சிலர் அங்கு வெளியே நின்றிருந்தனர்.

“சொல்ல சொல்ல கேக்கவே இல்லைங்க. ஆறு மாசமா அவருக்கு கழுத்து வலி இருக்குதுங்க. மோஷன் சரியாவே

போகலை. அதுக்கு டாக்டர்கிட்ட காமிச்சப்பவே அவரு சொன்னார் இன்னும் ரெண்டு மாசத்துக்கு தையல் மெஷின்ல உக்காரவே கூடாதுன்னு. கேக்கவே இல்லைங்க புள்ளைக்கு ஸ்கூல் ஃபீஸ் கட்டனும், ராமசாமிகிட்ட வாங்குன பணத்துக்கு வட்டி கட்டணும்னு. வலிக்க வலிக்க தச்சாரு.. இப்ப இப்படி படாத பாடு படறாரு. எழுந்து உக்கார முடியலை. திரும்ப முடியலை. நிமிரக்கூட முடியலை" என்று கதறிய சாரதாவிடம் என்னவென்று கேட்பது?.

கடைசியில் ஆடிய காலும் பாடிய வாயும் முடங்கிப்போனது ஒரு முறை நெல்லு மண்டி சம்மந்தம் அவர் வீட்டுப் பக்கம் போனப்ப இன்னும் இளைத்து மோசமாகி படுத்த படுக்கையா கெடந்திருக்காரு.

ரெண்டு பழம் வாங்கிக்குடுத்துட்டு சம்மந்தம் திரும்ப வந்துட்டாரு.. கடை வாடகை பாக்கின்னு கடைக்கு ஓனர் தங்கப்பன் தையல் மெஷினையும், மிஞ்சினத் துணியையும் எடுத்துக்கிட்டாரு. அவரு ஒரு அடாவடியான ஆளு அவர்கிட்ட போயி எப்படி கேக்கறதுன்னு பயந்து எல்லாரும் விட்டுட்டாங்க.

அந்தத் தீபாவளி முடிஞ்ச மூணாவது மாசத்துல உங்க தாத்தா விஷக் காய்ச்சல் கண்டு செத்துட்டாரு. அதுக்கப்புறம் எனக்கு தறிதான் கதின்னு ஆயிடுச்சு..தறியில உக்காந்தப்புறம் எங்க சட்டை போடறது.. வேர்வை கசகசப்புல எந்த சட்டையையும் போடமுடியாது. அவ்வளவுதான் நம்ம சட்டைக் கனவு.. கலைஞ்சு தீஞ்சு போயிடுச்சு.. இப்ப எனக்கு தொரைசாமி மேல கோவம் இல்லை. பாவம் இந்த சின்ன ஊர்லே தீபாவளிக்கு தீபாவளிதான் சம்பாதிக்க முடியும். மஸ்கிலொ ஸ்கெலெட்டல் டிஸிஸ் அப்படின்னு அவருக்கு வந்த நோய்க்கு பேரு கூட சொன்னாங்க. தையல்காரர்கள் சிலருக்கு அதிக பட்ச பணிச்சுமை காரணமாக வருமாம். உடல்தான் அவருக்கு மூலதனம். அதுவும் நைந்து பழந்துணி மாதிரியானால் என்ன பண்ண முடியும்? பாவம் எங்க இருக்காரோ என்ன சிரமப்படுகிறாரோ? அவரது கை வண்ணத்தில் அலங்கரிக்கப்பட்டவர்கள் எத்தனை

பேர்? எத்தனை பண்டிகைகள் அவரால் மறக்க முடியாததாக அழகானதாக இருந்திருக்கின்றன. எத்தனை பிள்ளைகளை மாப்பிள்ளைகளாய் மாற்றி இருப்பார். எங்களின் இளம் வயது ஹீரோக்களில் அவரும் ஒருவர்தான். தையல் மெஷின் முன் அவரது குனிந்த உருவம் பலரை நிமிர வைத்து காலரை தூக்கி நடக்க வைத்திருக்கிறது. இப்பவும் பிடிதுணிக்காக அம்மா வைத்திருந்த உன் தாத்தாவோட சட்டையின் காலர் உள்பகுதியில் துரைசாமி டைலர் என்கிற பெயரைப் பார்க்கும் பொழுது ஒரு சிலிர்ப்பு வரத்தான் செய்கிறது.

போனதரம் அரவிந்தன் ஊருக்கு வந்தப்பதான் சொன்னான். அவனுக்கும் சந்தனக்கலர் சட்டை அதுவும் ஜிப்பா மாதிரி இருந்தா புடிக்கும்னு சொன்னான். அடடா இந்த குரோமோசோம் என்ன வித்தையை எல்லாம் பண்ணுது பாரு.. எங்கக் கெடந்த ஆசையை, எங்கக்கொண்டி சேர்க்குது பாரு.. அதான் அவனுக்குன்னு தேடி அந்தச் சட்டைத்துணியை புடிச்சேன். நேத்திக்கு போன்ல பேசறச்ச சொன்னான், நீ அத இன்னும் தைக்கக் குடுக்கலைன்னு.. கெழப்பய மாதிரி இருக்கும்னு கிண்டல் பண்ணினியாம்.. சின்னவனே.... மனுசப்பயலுக ஆசைக்கு வரைமுறையெல்லாம் கெடையாது.. அடுத்தவங்க எண்ணத்துக்கு எல்லாம் தகுந்த மாதிரி ஆசையை வடிவமைக்க முடியாது.. அதுவும் சின்ன வயசுல வர்ற ஆசைக்கு யாரும் அணை போடவும் முடியாது. சீக்கிரம் அத அவன் ஆசைப்படி தைக்கக் குடுத்துடு.

ஒரு டெய்லர் கிட்ட பழியா கெடந்து, அப்புறம் அந்த துணியை வாங்கித் தொட்டுப்பாக்கறதுல இருக்கற சந்தோஷம் இருக்கே அடடா... ரெடிமேட் ட்ரெஸ் வந்தப்புறம் புதுத்துணி சந்தோஷமெல்லாம் ஒரு சில நிமிஷம்தான். அந்த சந்தனக்கலர் துணியை மொதல்ல தைக்கக் குடு. முக்கியமா அத அரவிந்தனையே போய் வாங்கிட்டு வரச்சொல்லு. அப்பதான் ஒரு துணியை நேசிக்கிற பழக்கம் வரும். அது கசங்கும்போதோ, கிழியும்போதோ அவ்வளவு துக்கமா இருக்கும். தீப்பெட்டி மாதிரி சின்னக் கடையில இருந்துகிட்டு அந்த டெய்லருங்க

தைக்கறது துணியை மட்டுமில்ல.. துணிக்கும் நமக்குமான பந்தத்தை.. அடுத்த முறை அரவிந்தனை அந்தச் சட்டையில பாக்க ஆசை...

வேணும் பதில்... வேணும் நலம்.

இப்படிக்கு
அப்பா

படித்து முடித்ததும் இருவரும் ஒன்றும் பேசவில்லை. சரியான சமயத்தில் கிடைத்திருந்தால் அப்பாவின் விருப்பத்தையும் அரவிந்தனின் விருப்பத்தையும் புரிந்துகொண்டிருக்கலாம். அவரின் ஆசைக்குரிய சந்தனச்சட்டையை அரவிந்தன் அணிந்து அவர் பார்க்கின்ற விருப்பத்தையும் தன் அலட்சியமான கிண்டல் பொசுக்கி இருந்தது இப்பொழுதுதான் புரிகிறது. அது இன்னமும் துணியாகத்தான் கிடப்பது நினைவுக்கு வந்தது.. அரவிந்தன் அப்பா மாதிரி... வாயைத் திறந்து அதிகம் பேசமாட்டான். எதையும் நேரடியாகச் சொல்ல மாட்டான்... தனக்கு பிடித்தது பிடிக்காதது என்று எதையும் வரையறுத்து வலியுறுத்த அவனுக்குத் தெரியாது. அவனுக்குள் அப்படி ஒரு ஆசை இருப்பது இதுநாள் வரை தெரியாமல் போயிற்றே என்று வெட்கமாக இருந்தது. ஒரு விதத்திலே அடம் பண்ற பிள்ளைங்க தேவலை என்றுதான் தோன்றிற்று.

"ஐசக்கு கோழிப்பண்ணைகிட்ட ஒரு டெய்லர் இருக்காரே. அவரு கடை எத்தனை மணி வரை தொறந்திருக்கும்?"

(சஹானா இணைய இதழ் நடத்திய சிறுகதைப் போட்டி 2021ல் சிறப்புப் பரிசு பெற்ற சிறுகதை)

12. வெறியாட்டு

பளிச்சியம்மன் குடிகொண்ட கோயிலைச் சுற்றிலும் புதிதாக எடுத்து வரப்பட்ட போதைப்புல் கொண்டு இளம்வயது பிள்ளைகள் அடைப்பைக் கட்டி முடித்திருந்தனர். கூரையில் இருந்த பழைய போதைப்புல் மிகவும் மோசமாகி சிறு காற்றடித்தால் போதும் விழுவதற்குத் தயாராக இருந்தது. வருஷம் இரண்டானதில் கோயில் சுற்றுச் சுவர் மண் இடிந்து விழுந்ததால் அந்த வேலையும் இந்த வருஷம் சேர்ந்து கொண்டது.

"ஆகக்கூடி ஐம்பத்தியாறு ஊர் சனமும் ஒப்புத்துக் கொண்டு நம்ம பட்டியக்காடு பளிச்சியம்மனுக்கு வெறியாட்டுத் திருவிழா நடத்துவதாக முடிவு செய்தபடி மூணு நாள் விழாவுல இன்னிக்கு காலையில எட்டு மணிக்கு முதல் நாள் பூசைத் துவங்கும் அப்படின்னு தோப்படியான் சொல்படி அறிவிக்கின்றோம். திருவிழா வரி செலுத்தாத நம் குடிமக்கள் கோயில் செட்டுமை (பொருளாளர்) செம்பையன்கிட்ட கொடுத்து உறுதி செய்துக்கறது" என்று கொட்டு அடித்துக் கொம்பு ஊதி அறிவித்தான் ஊர் தண்டல்.

சுத்துப்பட்டு கிராமங்களான பாய்ச்சலூர், கரடிப்பாறை, குறங்கணிப்பாறை, கடைசிக்காடு, உப்புக்கண்டபாறை, நடனங்கால்வாய், பூதமலை, செம்பிரான்குளம் என எல்லா ஊர்களில் இருந்தும் மக்கள் வண்டிக்கட்டிக் கொண்டு வந்தபடி இருந்தனர். கோயில் தோராடியார் (பூசாரி) பொன்னுசாமி கொஞ்சம் பதட்டமாகவே இருந்தார். தங்கள் இசைக்கருவிகளோடு ஆட்டக்கார கூட்டம் உற்சாகமாக தங்கள் கொட்டுக் கருவிகளை கொரண்டிக் கழிகளைக்கொண்டு உருவேற்றிக்கொண்டிருந்தனர்.

“என்ன தோராடியாரே... எதுக்காண்டி இப்படி எழவு வூட்டுலே துஷ்டி கேக்க வந்தவன் மாதிரி மூஞ்சியை முட்டுக் கொடுத்து வச்சிருக்கீங்க?” நக்கலாகக் கேட்டான் ஊர் தண்டல்.

“காட்டுக்குள்ளே தேன் எடுக்கப் போன முத்தனும் அவன் கூட்டாளிகளும் இன்னும் வந்து சேரலை.. வழக்கமா நாலஞ்சி நாள்லே வந்துடுவானுங்க.. பொதனோட பொதன் இன்னிக்கு எட்டு நாளாச்சு இன்னும் காணும்.. திருவிழான்னா ஊர் சனம் மொத்தமும் ஊருக்குள்ள இருக்கணும்.. எதும் அசம்பாவிதமா...”

“ஒண்ணும் ஆவாதுய்யா நீ வேற.. வெய்ய காலம் இல்லே... அப்படி இப்படி களைப்புலே சாஞ்சிட்டு இருட்டற வரைக்கும் தேன் வேட்டை ஆடுவானுங்க.. ஏழுகரை நாடன் சாமி கூடத்தான் இருக்கும் பத்திரமா கூட்டிட்டு வந்துடும். கவலைப்படாம ஆக வேண்டியதைப்பாரு.”

இசைக் கருவிகளின் ஒலி கேட்டதுமே வீட்டில் உள்ள பெண்டுகள், இளவட்டங்கள் கோயிலின் முன் திடலில் குவிய ஆரம்பித்தனர்.

தோராடியார் பொதி குதிரைகளில் வந்திறங்கிய சாம்பிராணி, வாழைப்பழம், வத்தி, தெகப்பட்டி இலை, தேன், வள்ளிக்கிழங்கு, நூரான் கிழங்கு இறைச்சி என ஒவ்வொன்றாய் எடுத்து வைத்தார். கொட்டு அடிப்பவன் அவரிடம் வந்து பவ்யமாகக் குனிந்து நெற்றியைக் காட்டினான். வேங்கைப்பால் எடுத்து

அவனது நெற்றியில் பூசிவிட்டார். அவ்வளவுதான் பாய்ச்சலூர் சுத்து வட்டாரமே கிழியும் அளவு இசையொலி அதிரத் தொடங்கியது. அதற்காகவே காத்திருந்த்து போல இளவட்ட பிள்ளைகள் கைகளைக் கோர்த்து ஆட ஆரம்பித்தனர்.

முத்தனும் அவனது மச்சான் காடனும் பாறை இடுக்கில் இருந்த பெரிய தேன் கூட்டை மிகச் சிரமப்பட்டு எடுக்க போராடிக்கொண்டு இருந்தனர்.

“திருவிளா தொடங்கற நாள் இன்னிக்கு.. சரியான நேரத்துக்கு போய்ச் சேரலைன்னா ஊர் முச்சூடும் நமக்கு காவ காக்கும். எடுத்தது போதும்னா நீ கேக்க மாட்டேங்கற” மூச்சை இறுகப்பிடித்தபடி கயிறை பலம் கொண்ட மட்டும் பிடித்திருந்தான். கயிற்றின் ஒரு முனை அவனது காலில் கட்டப்பட்டிருந்தது.

“தேனடையைப் பாரு மச்சான். சும்மா தள தளன்னு போன வருசம் பொன்னுருவி சந்தையிலே பார்த்தமே பானைக்காரி அவளை மாதிரியே இருக்கு. வுட்டுட்டு வர முடியுமா. நீ கவுறை வுட்டுடாதே இறுக்கிப் பிடி மச்சான்” பாறையின் இறங்கு முகத்தில் பக்கவாட்டில் தொங்கியபடியே தேனடையை நெருங்கிக் கொண்டிருந்தான் முத்தன்.

“என்கிட்டவே பானைக்காரி பத்தி பொங்கறியா. இரு தங்கச்சிகிட்ட சொல்றேன்.”

“ஊருக்கு வந்த ஒடனே மணக்க மணக்க உடும்புக்கறி வச்சித் தரேன்னு சொல்லி இருக்கா உன் தங்கச்சி... ஔவு வேலைப் பாத்தே... மவனே ஒரு துண்டு குடுக்காம அம்புட்டையும் தின்னுடுவேன்.”

“வாய்ச்சவடாலுக்கு ஏதாச்சும் சொன்னா வயித்துலே மண்ணள்ளி போட்டுறாதே. மச்சான்... உடும்புக்கறி சாப்புட்டு நாளாச்சு... நாவூறுது...” கயிறு சட்டென ஒரு பிடி இறங்க “பாத்து; பாத்து” என்று பதறினான் காடன்.

முத்தன் எந்த பதட்டமும் இல்லாமல் லாவகமாக தேனடையை நெருங்கினான். சத்தமில்லாமல் மெல்ல தேனடையைச் சிறு சிறு பகுதிகளாக நோகாமல் எடுத்து தன் முதுகில் இருந்த தோல் பையில் சேகரித்தான்.

தேனடையில் விரல் தொட்டு ஒரு துளி தேனெடுத்து உள்ளங்கையில் வைத்து நக்கிப் பார்த்த முத்தன் அதன் சுவையில் திளைத்து மேலே ஒரு முறை நிமிர்ந்து பார்த்து தலையை உற்சாகமாக ஆட்டி தன் மட்டற்ற மகிழ்ச்சியை வெளிப்படுத்தினான். எப்பவும் அவன் அனுமானம் தப்பாது. எப்படியும் ரெண்டு லிட்டர் தேறும் போலத் தோன்றியது. பாறைத்தேன் அடர்த்தியாகவும் இருக்கும் ருசியாகவும் இருக்கும். எந்த எதிர்ப்பும் காட்டாமல் தேனீக்கள் மெதுவாக வெளிவந்து பறந்தன.

காடனின் கூட்டாளிகள் குனிந்து பார்த்து தங்கள் மகிழ்ச்சியை முத்தனுக்கு கடத்தினர்.

"நாங்க வேணா கயிறு புடிச்சிக்கறோம் நீ செத்த அப்படி உக்காரு" என்று முருகன் கேட்டான்.

காடன் ஒப்புக்கொள்ளவில்லை "தங்கச்சி உண்டு இல்லைன்னு ஆக்கிடுவா... முத்தனுக்கு நகம் பேர்ந்தாலே மூணு நாளு சாப்புட மாட்டா" என்று மறுத்தான்.

தேனடைத் துண்டங்களைச் சேகரித்த பின் கயிறை மெல்ல ஆட்டினான் முத்தன். வேலை முடிந்ததைப் புரிந்துகொண்ட காடனும் கூட்டாளிகளும் கயிற்றை உற்சாகமாக மேலே இழுத்தனர்.

"வேட்டைடா... வேட்டைடா மரண வேட்டை" கொண்டாட்டமாக ஆடித் தீர்த்தனர்.

"செரி செரி... ஊருக்கு நடையைக் கட்டு திருவிளாவுக்குப் போவணும்" காடன் அவசரப்படுத்தினான்.

"சாமியைப் பாக்கணுமா... பெண்டுவளைப் பாக்கணுமா?"

என்று முத்தன் கேலியாகக் கேக்க கூட்டாளிக் கூட்டம் ஓவென கத்தியது. கூடவே இன்னொரு 'ஓ' சத்தம் அலறலாகக் கேக்க சட்டென தங்கள் சப்தங்களை குறைத்துவிட்டு சப்தம் வந்த திசையை நோக்கிக் கூர்ந்து கவனித்தனர். மரக்கிளை ஒன்று முறிந்து விழுந்த சத்தம் கேக்க சத்தம் வந்தத் திசையை நோக்கி ஓடினார்கள்.

மூச்சிரைக்க கோயிலுக்கு ஓடிவந்த பளனியப்பன், பொன்னுசாமியின் காதில் மெல்ல ஏதோ சொன்னான். தலையாட்டிக் கேட்டுக்கொண்ட தோராடியார் பொன்னுசாமி "இது என்னடா இந்த நேரத்துலே வந்துருக்கானுக? எந்த ஊரு களவாணிப் பயலுக?"

"தெரியலைண்ணே... முத்தன் கட்டிப்போட்டு வச்சிருக்கான். ஆளுகளைப் பாத்தா தெக்கத்தி பக்கம் மாதிரி இருக்கு."

"எங்க வச்சிருக்கான்?"

"பாண்டியன் ஓடைகிட்டே..."

"சரி நீ போயி தோப்படையான் கிட்ட தகவல் சொல்லு.. பூசை ஆரம்பிக்கிற நேரம் அவரு இங்க வருவாரா? இல்லை பஞ்சாயத்துக்கு அங்கப் போவாரா? ஊர்த் தலைவரு இல்லாம எப்படி நடத்தறது பூசையை?" குழம்பியபடி புலம்பினார் தோராடியார். அதைக் கவனிக்கும் ஆர்வமில்லாமல் வந்தவன் விருட்டெனக் கிளம்பினான்.

தண்டல் பக்கம் திரும்பிய தோராடியார் "நான் சொல்லலை.. என்னமோ தட்டுச்சு எனக்கு.... களவாணி பசங்க ரெண்டு பேரு காட்டுக்குள்ள வந்துருக்கானுங்களாம்."

"திருவிளா நேரம்னாலே வரத்தான் செய்வானுங்க... பிடிச்சாச்சு இல்லே? மரம் வெட்ட வந்திருப்பானுங்க நம்ம ஊருலே திருடறதுக்கு என்ன இருக்கு? நாலைஞ்சு கோவணந்தான் இருக்கு... அதையும் எலி கூட சண்டை போட்டுத்தான் புடுங்கணும்" சொல்லிவிட்டுச் சிரித்தான் தண்டல்.

ஓடைக்கு அருகில் உள்ள மைதானம் போன்ற திறந்தவெளியில் இருவரை பின்பக்கம் கைகளைக் கட்டச் சொல்லி முழங்காலிட்டு உட்கார வைத்திருந்தனர். சுற்றிலும் கணிசமான கூட்டம் நின்றிருந்தது,

"முத்தா... இவனுக தேனு எடுக்க வந்தானுங்களா இல்லை மரம் வெட்ட வந்தானுங்களா?" கூட்டத்தில் ஒருவன் கேட்டான்.

"மரம் வெட்டத்தான் வந்துருக்கானுங்க.. பழக்கப்பட்ட ஆளுக மாதிரிதான் தெரியுது."

"என்னா ஊருடா நீங்க?"

"செங்கந்தேரி" இருவரில் வயதானவர் சொன்னார்.

"அது எங்க இருக்கு மாப்பிள்ளைகளா?"

"களக்காடு கிட்ட."

முத்தனும் கூட்டமும் ஒருவரை ஒருவர் பார்த்துக்கொண்டனர்.

"களக்காடா..? அது எங்க?"

"அது... ஒரு டேம் கூட இருக்குமே. நாயுருண்டான் பாறை அருவி கொட்டுமே அதுக்கு பக்கம்..." என்றான் பயந்தபடி உடனிருந்த இளையவன்.

அதற்குள்ளாக ஊர்த் தலைவர் தோப்பபடியான் அங்கு வந்து சேர்ந்தார். ஒட்டு மொத்த கூட்டமும் சட்டென அமைதியாகி அவருக்கு கும்பிடு போட்டது. உட்காருவதற்காக ஒரு மரத்துண்டை எடுத்து வந்து அவருக்காக மரநிழலில் போட்டான் கூட்டத்தில் ஒருவன். தோப்பபடியான் கிழக்கு பார்த்து குலதெய்வத்துக்கு ஒரு கும்பிடு போட்டுவிட்டு அதன் பிறகு அமர்ந்தார். அவர்களையே ஒரு கணம் உற்றுப் பார்த்தார். பிறகு தொண்டையைச் செருமியபடி...

"காட்டு இலாக்கா காரவங்க ஒரு கெளையை வெட்டுனாக் கூட பிடிச்சிட்டுப் போயிடுவானுங்க அப்புறம் அடி உதை

கோர்ட்டு கேசுன்னு அலையணும்.. எந்த ஊர்லேர்ந்து இங்க மரம் வெட்ட வந்தீங்க."

"சாமி... நாங்க திருட வரலைங்க தெக்க களக்காடு பக்கம் எங்க ஊரு, தேனு எடுக்கறதுதான் எங்க தொலிலு.. எங்க ஊரு பக்கம் பொந்து தேன் கொறைஞ்சிடுச்சு. நாங்களும் மூணு வருசத்துக்கு ஒருக்கா எடம் மாறிடுவோம்... அப்படித்தான் இங்கயும் வந்தோம். இந்த வருசம் குறிஞ்சிப் பூ பூக்கும் குறிஞ்சித்தேன் எடுத்தா கூடுதலா காசு கெடைக்கும்னு சிறுமலைப் பக்கம் போவலாம்னு இவன்தான் சொன்னான். ஏலே எளும்பி குனியக்கால் போடு" என்று அதட்டினார் பெரியவர்.

உடனே வயதில் இளையவன் பதில் எதுவும் பேசாமல் எழுந்து முன்பக்கம் வளைந்து குனிந்து நின்றுகொண்டான்,

"அது என்ன குனியக்கால்?"

"இது எங்க கூட்டத்துல கொடுக்கற தண்டனைங்க சாமி. தண்டனை குடுத்தவரு எந்திரிக்கச் சொல்றவரைக்கும் எந்திரிக்க கூடாது. மணி கணக்கானாலும் நாள் கணக்கானாலும் குனிஞ்சிக்கிட்டேதான் இருக்கணும்."

"தண்டனை, தண்டம் எல்லாம் நாங்க குடுக்கறதுதான் வளக்கம்.. தொரையை எந்திரிக்கச் சொல்லு பெருசு" கூட்டத்திலிருந்து ஓங்கி ஒலித்தது ஒரு குரல்.

"யாருடா அது? இங்க நான் ஒருத்தன் எதுக்கு இருக்கேன் ஊர்த்தலைவன்னு.. ஒங்க இஷ்டத்துக்கு ஆளாளுக்கு உத்தரவு போடறதுன்னா நா பாட்டுக்கு போயிகிட்டே இருப்பேன்" என்று கோபமாகக் கத்தினார் தோப்படியான். கூட்டம் அமைதியாக நின்றது.

"இதைப்பாருங்க பெரியவரே... யாரு கூப்புட்டாங்க யாரு வந்தாங்க அப்படிங்கறது பேச்சு இல்லே... கூட்டாளியா வந்துட்டாலே பொறுப்பு ரெண்டு பேருக்கும்தான் எந்திரி தம்பி."

"உத்தரவுங்க..." என்று குனிந்தவன் நிமிர்ந்தான்.

"முத்தா இவங்க தேன் எடுக்கறப்ப பாத்தியா, இல்லை மரம் வெட்டுறப்ப பாத்தியா?"

"நாங்க பாறையிலே தேன் எடுத்துட்டு ஏறுனப்புறம் தொபீர்னு மரம் வுளுவுற சத்தம் கேட்டுச்சு ஓடிப் போயி பார்த்தா இவனுங்க ரெண்டு பேரும் அங்க பேயி முழி முழிச்சுக்கிட்டு நின்னானுங்க."

"உங்க பேரு என்ன பெரியவரே... எந்தூரு?"

"களக்காடு பக்கம், எங்க கூட்டத்துல என்னை மூட்டுக்காணின்னு சொல்லுவாங்க தலைக்கட்டு மாதிரி.... இவன் மூதவன் எனக்குத் தொணை..."

"அப்ப இந்தப் பையன் உங்களுக்கு மச்சான் மொறையா?"

"இல்லிங்க.. நானு மோட்டில்லம்.. இவன் வளநாட்டில்லம்... பங்காளி மொறைங்க."

"அப்படியா தேனெடுக்க மச்சானைத்தானே கூட்டி வருவோம். மச்சான் துணை இருந்தா மலை கூட ஏறிடலாம்னு இங்க சொல்லுவோம். நீங்க என்னடான்னா பங்காளி கூட வர்றீங்க அதுவுமில்லாம நாங்க நாலைஞ்சு பேராத்தான் தேனெடுக்கப் போவோம் நீங்க சொல்றதுலதான் சந்தேகம் வருது."

"அய்யா நீங்க பாறையில மலையில கட்டடத்துலே இப்படி கடுசான இடத்துலே எல்லாம் எடுப்பீங்க.. நாங்க மரம் வீடுக இதுலதான் எடுப்போம்."

"அப்ப எதுக்கு மரம் வுளுந்திச்சு?"

"மர உச்சியிலதான் தேனடை இருந்துச்சு. அதுக்காவ ஏறினேன். கெளையில நின்னுகிட்டு இருந்தப்ப என்னமோ கடிச்சிடுச்சு வலியில ஓடம்பு வலு அத்தனையும் கெளையிலே உக்காந்துடுச்சு.. கெளை தாங்காம முறிஞ்சு உளுந்துடுச்சு அதுல வேற

காயம் பட்டுடுச்சு" மூதுவன் தன் முழங்கையைப் புரட்டிக் காண்பித்தான் சிராய்ப்பு காயங்கள் ரத்தக்கறையோட இருந்தன.

"இங்க பாருங்க பெரியவரே பளிச்சியம்மனைக் கும்புடற சனம் இங்க சுத்துப்பட்டு பத்து பன்னிரண்டு கிராமங்கள்லே இருக்காங்க. தப்புத் தண்டா பண்ண மாட்டோம். காட்டுலே தப்பு நடக்கவும் வுடமாட்டோம். உண்மையைச் சொல்லுங்க இங்க மரம் வெட்டுனா பளிச்சியம்மனுக்கு கோவம் வந்துடும் அதுவும் இன்னிக்கு ஊர்ல அம்மனுக்கு வெறியாட்டு விழா நடத்துறோம்.ஒப்புத்துக்கிட்டா தண்டம் இவ்வளவுன்னு சொல்லுவோம் கட்டிட்டு ஊரைப் பாக்க கௌம்பிடலாம். உண்மை தெரிஞ்சா நாங்க விட்டாலும் எங்க சாமி வுடாது."

"எங்க கருமாண்டியம்மன் மேல சத்தியமா நாங்க மரம் வெட்ட வரலீங்க. எங்க குலத்தொலிலே மரப்பொந்துலே தேன் எடுக்கறதுதான்."

"கருமாண்டி அம்மன் உங்க குல தெய்வமா?" என்று தாடையைத் தடவியபடி கேட்டார் தோப்படியான்.

"ஆமாங்க."

மிகுந்த யோசனைக்குப் பிறகு "இங்கப் பாருங்க பெரியவரே வெசாரணைன்னு வந்துட்டா மொறைப்படி எல்லாத்தையும் கேட்டுட்டு அப்புறம்தான் முடிவெடுப்போம்."

"அப்ப கம்பெனிக்கு திருட்டுத்தனமா தேன் எடுத்துத் தர வந்தீங்களான்னு கேளுங்க... தோப்படியான்" என்றான் முத்தன்.

அதுவும் நடக்கறதுதான். பழக்கமில்லாத ஆட்களை வைத்து தேன் எடுத்தால் அவர்களால் தரமான தேனைக் கண்டுபிடிக்கத் தெரியாது என்பதால் இப்படி மலை வாழ் மக்களை ஊர் மாற்றி அனுப்பி தேன் எடுக்க தனியார் கம்பெனிகள் அனுப்புவது உண்டு. வெளிநாட்டுக்கு அனுப்புவதற்கு மலை மலையாக காடு காடாக தரமான தேனைத் தேடுவார்கள்.

"அதுவும் இல்லீங்க எங்களுக்காவத்தான் வந்தோம்."

"செரி... உங்கக் கிட்ட இருக்கற பொருளை எல்லாம் அப்படி எடுத்து முன்னாடி நீங்களே வச்சிடுங்க நாங்க சோதனை போடமாட்டோம்."

எடுத்து வைத்தார்கள். கசங்கிய வேட்டி , துண்டு, சில மூலிகை இலைகள், சிறுகத்தி, மரப்பிசின், கொஞ்சம் பணமும் சில்லறைக் காசுகளும், அடகு சீட்டுகள், போன் நம்பர்கள் குறித்த சின்ன நோட்டு, வத்திப்பெட்டி அவ்வளவுதான் அவர்கள் பொக்கிஷம்.

வத்திப்பெட்டியைப் பார்த்தும் காடன் கத்தினான். "பாத்தீங்களா வத்திப்பெட்டி... தேன் எடுக்க போவும்போது வத்திப்பெட்டி எல்லாம் எடுத்துப் போவக்கூடாதுன்னு நமக்கு கட்டுப்பாடு இருக்கு.. இதுலேர்ந்தே தெரியலையா இவனுக காட்டு ஆளுகளே இல்லே..."

"அதெல்லாம் நம்ம கூட்டத்துலதான் செல்லுபடியாவும்.. காட்டுக்கு காடு.. நாட்டுக்கு நாடு சட்டம் சம்பிரதாயம் எல்லாம் மாறும்.. செத்த உக்காரு காடன்" கடுப்பாகச் சொன்னார் தோப்படியான்.

"வத்திப்பெட்டி காடு கொளுத்தவோ... தேனீ கொளுத்தவோ இல்லீங்க அய்யா... இருட்டுலே தடம் தெரியறதுக்குத்தான்..."

"அம்புட்டுத்தானா?"

"ஆமானுங்க அய்யா."

அப்பொழுது யாரும் எதிர்பாராமல் வயதில் இளையவனாக இருந்த மூதவன் கண்கள் செருகி மயங்கி கீழே விழுந்தான். கூட்டம் பரபரப்பானது.

கூட்டத்தில் இருந்த சிலர் ஓடிப்போயி அவனைத் தூக்கி நிமிர்த்தி தலையை உலுக்கி கன்னங்களைத் தட்டிப் பார்த்தனர். கண் திறக்கவே இல்லை. ஓரளவு வைத்தியம் தெரிந்த சின்னான் அவனை மடியில் ஏந்தி நாடியைப் பார்த்தான்.

பிறகு தோப்படியானைப் பார்த்து "தோப்படியான்... கடிச்ச பூச்சியோட நச்சு வேலை செய்யுது. நேரம் கடந்துடுச்சு மூச்சு எண்ணுனா எகிறுது... டவுன் ஆஸ்பத்திரிக்குக் கூட்டிட்டுப் போயிடலாம்..."

"நம்ம ஊரு வைத்தியன் மாரிமுத்துவைப் போயி யாராச்சும் கூட்டிட்டு வாங்க..." என்று பதறினார் தோப்படியான்.

"அவரு எங்க இங்க இருக்காரு. மவ வூட்டுக்கு போயிருக்காரு.. தாழைக்காடு அந்த ஊருக்கு போவனும்னா பத்து மைலுக்கு நடந்துதான் போவணும். போக்குவரத்து இல்லாத ஊரு..."

"இப்ப என்னடா செய்யறது.. டவுன் ஆசுவத்திரிக்கு போவனும்னா.. அங்க உள்ள டாக்டரு போலிசுக்கு போ... கம்ப்ளெயிண்ட் குடுன்னு கத்துவானே விசாரணைக்குன்னு கூட்டிட்டு வந்து ஒண்ணு கெடக்க ஒண்ணு ஆயிடுச்சுன்னா ஆத்தா சும்மா வுடமாட்டாளே" என்று விசனமானார் தோப்படியான்

மூட்டுக்காணி இவர்கள் பேசுவதை எல்லாம் காதில் வாங்கிக் கொள்ளாமல் தான் கொண்டு வந்திருந்த பச்சிலையை கல்லில் வைத்து இடித்துக் கொண்டிருந்தார்.

"ஒண்ணும் பதறாதீங்க எந்தக் கடியா இருந்தாலும் பத்து நிமிசத்துல பறக்கடிச்சிடலாம்" என்று நிதானமாக பச்சிலைச் சாற்றை கடிபட்ட இடத்தில் பிழிந்தார்.

"ஏன் பெருசு.. தேன் எடுக்க போறச்சே தின்னூத்து பச்சிலை அரைச்சு பூசிட்டு போவ மாட்டீங்களா? பாம்பு, பூரான் எதுவும் அண்டாது."

"எல்லாம் போறதுதான். ஊரை வுட்டு கௌம்பி நாளாச்சில்லே. இது கூடம் எங்க மலையில பறிச்சதுதான்."

"இது என்னா எலை?"

"மறியுணா மூலி. எந்தக் கடியா இருந்தாலும் முறிச்சுடும்."

"நம்ம வைத்தியரு மாரிமுத்து இருந்தா கையிலேயே ஆயிரத்தெட்டு மூலிகை வச்சிருப்பாரு..." என்றான் காடன் ஊர்ப்பெருமையை விட்டுக் கொடுக்காமல்...

"வெறியாட்டு நடக்கச் சொல்ல எக்குத்தப்பா ஏதாச்சும் ஆயிபோச்சுன்னா அப்புறம் அம்மனை சாந்தப்படுத்த முடியாது..." கவலை குறையாத முகத்தோடு தோப்படியான் சொன்னார்.

"ஒண்ணும் ஆவாது சாமி நீங்க ஏன் கவலைப்படறீங்க? அப்படியே ஆனாலும் ஒரு குத்தம், பஞ்சாயத்து, அப்படின்னு போலீசு உங்களை ஒரு கேள்வி கேக்காம எல்லா குத்தத்தையும் நான் தாங்கிக்கறேன்" என்றார் மூட்டுக்காணி

சில நிமிடங்களில் மூதவனுக்கு மூச்சு சீரானது. கண்கள் திறந்து "தண்ணி தண்ணி" என்றான் கொண்டு வந்து கொடுத்தார்கள்

"நெகா வந்துடுச்சு இனிமே பயமில்லே..." சிரித்தார் மூட்டுக்காணி. தோப்படியானுக்கு உயிர் போய் உயிர் வந்தது போல ஆனது.

கோயிலில் இருந்து தண்டல் வந்து தோப்படியானிடம் "கருவம்மா மேலே சாமி வந்து இறங்கிடுச்சு" என்றான்.

"அப்பாடி.... இனுமே பளுது இல்லே.. ஆண் தெய்வம் வந்துச்சா இல்லை பெண் தெய்வமா?"

"ஆண் தெய்வந்தான்... நல்லா மீசையை முறுக்கி கம்பீரமா தொடையைத் தட்டித் தட்டி நடந்துச்சு கருவம்மா."

"தாயே உன் கருணையே கருணை" என்று வானத்தைப் பார்த்துக் கும்பிட்டார் தோப்படியான். பிறகு மூட்டுக்காணிப் பக்கம் திரும்பி "அய்யா பெரியவங்களே.. உங்க ஒடம்புலே பச்சை குத்தி இருந்ததையும். காதுல கடுக்கன் போட்டுருந்ததையும் பாத்த மாத்துறத்துலேயே நீங்க களக்காடு பக்கம்னு புரிஞ்சிகிட்டேன்.. ஆனா ஊரு பஞ்சாயத்துன்னு வரும்போது என்னோட உத்தேசத்தை வச்சி முடிவு சொல்லக்கூடாது. அதான் வெசாரிக்கற மாதிரி ஆச்சு."

“அதான நடைமொற... இதுக்கு ஏன் தடங்கறீங்க?”

“இல்லே.. ஏதும் பிரச்சினை ஆயிடும்னு பயந்தப்ப எதையும் மனசுலே வச்சிக்காம ஒங்க தலையிலே போட்டுக்குவேன்னு சொன்னீங்க பாருங்க.. இவ்வளவு நேரம் ஒங்களை குத்தவாளி மாதிரி நிக்க வச்சு வெசாரிச்சமேன்னு வெசனமா போச்சு... வெறியாட்டு படையலப்போ குழல் ஊதி கொட்டு அடிச்சு தேவாதி தேவ கணங்களைத்தான் வரவைப்போம்.

யாரு மேலேயாவது சாமி வந்து எறங்கும்... வந்தது சாமின்னு பொங்கனதை தின்னுட்டு ஆட்டம் பாட்டம் போட்டுட்டு பொழப்பைப் பாப்போம்.. இன்னிக்கு எறங்கனது ஆண் தெய்வம்னு சொன்னதும் நீங்கதான் அச்சாரமா முன்ன வந்திருக்கீங்கன்னு தோணுச்சு. மாரிமுத்து ஊர்லே இல்லைன்னதும் பாதி உசுரு போயிடுச்சு... தெய்வம் மாதிரி நீங்க அந்த பையன் உசிரை காப்பாத்திட்டீங்க... சாமி குத்தம்... மனச்சங்கடம், பரம்பரைப் பாவம், ஊர் அவச்சொல்லு... தீராப்பழி... இப்படி எல்லாம் சேர்ந்து வந்திருக்கும்... எல்லாத்துலேர்ந்தும் காப்பாத்திட்டீங்க” கையெடுத்துக் கும்பிட்டார் தோப்படியான்.

“நியாயம் சொல்லுற இடத்துலே இருக்கற எல்லாருக்கும் உள்ள சங்கடந்தான் ஒங்களுக்கும்.. அய்யா நானும் எங்க ஊர்ல நியாயம் சொல்லுற எடத்துலேதான் இருக்கேன்... எனக்குப் புரியுது அய்யா... ஒங்களுக்கு மட்டுமில்லே பழி, பாவம்... அவச்சொல்லு கூட வந்த எனக்கும்தான் வந்திருக்கும் நாம கும்புடற தெய்வம் படையலுக்காகவோ... ஆட்டம் பாட்டத்துக்கோ வராதுங்க... ஆனா இப்படி ஒரு இக்கட்டான நெலம வர்றப்போ கூட வந்து நிக்கும் அன்னிக்குத்தான் தெரியும் நாம ஒளுங்கா நியாயம் சொல்லி இருக்கோம்னு... அரவம் தீண்டுனாக் கூட பொளைச்சுக்கலாம்... அவச்சொல் தீண்டி பொளைக்க முடியாது சாமி...”

“உங்க பொருளை எல்லாம் எடுத்து வச்சப்ப பாத்தேன். மரப்பிசின் கொஞ்சமா வச்சிருந்தீங்க அப்ப சாப்பிட்டு

நாளாயிருக்கும். பசிச்சா கையிருப்பு இல்லைன்னா சமாளிக்கத்தானே நமக்கு மரப்பிசினு. எப்படியோ சமாளிச்சு இருக்கீங்க.. அதான் மரப்பிசின் கொறைஞ்சிருக்கு. எங்க மூணு நாள் திருவிளாவுக்கு நீங்கதான் விருந்தாளி. யோவ் தண்டல். இவுங்கள கோயிலுக்குக் கூட்டிட்டுப் போயி மொதல்ல சாப்புட வையி" சொல்லிவிட்டு தோப்படியான் அங்கிருந்து நகர கூட்டம் மெல்ல கலையத் தொடங்கியது.

வானம் கருக்கிக்கொண்டு வந்தது. உள்ளங்கையை நெற்றியில் வைத்து வானத்தைப் பார்த்தார் தோப்படியான். வெறியாட்டு அன்னிக்கு ஒரு தூத்தலாவது போட்டுடும் அதுதான் வழக்கம்.. சித்திரை மாதம்தான் என்றாலும் மினுக்கென்று சில துளிகளை மெல்ல விசிறியது கருத்த வானம்.

(பறம்பு தமிழ்ச் சங்கம் நடத்திய சிறுகதைப் போட்டி 2022ல் சிறப்புப் பரிசு பெற்ற சிறுகதை)

13. கெலிங்

எட்டியப்பன் தன் தங்க நிற சரிகை பளபளத்த தலைப்பாகையைச் சரிசெய்து கொண்டான். கழுத்தில் மின்னிய பொன் சங்கிலியை மேல்சட்டையினுள் தள்ளி சற்றும் அதன் வடிவம் வெளியே தென்படாதவாறு நெஞ்சின் மீது தோலோடு தோலாக அழுத்திக் கொண்டான். எசமான்மார்களுக்கு இதெல்லாம் கண்ணை உறுத்தும். 'வசதியாயிட்டே போல இருக்கு' என்று எகத்தாளமாக சிரித்தபடி கூலியில் கை வைத்துவிடுவார்கள்.. ஆயிஸ் எசமானுக்கு ரகசியப் பெயர் ஒன்றை வைத்திருக்கிறான் கள் குரங்கு என்று... கள் குடித்த குரங்கு என்ன செய்யும் என்று அதற்கே தெரியாது. ரகசியப் பெயரை மனதுக்குள் சொல்லிக் கொண்டால் கூட கண்டுபிடித்து விடுவானோ என்ற அச்சம் இருப்பதால் கள்ளையும் குரங்கையும் ஆயிஸ் எசமானுக்கு அருகில் செல்லும்போது மனதால் கூட நினைக்க மாட்டான் எட்டியப்பன்.

இன்று வெஸ்லி துரை வருவதாக தாக்கீது அனுப்பி இருக்கிறான். ஆயிஸ் எசமான் குரங்கு என்றால் வெஸ்லி துரை ஒரு கோட்டான். மனம் போன போக்கில் மக்களை வதைப்பவன். நல்லவேளையாக ஆயிஸ்-க்கு வெள்ளைக்காரன் பாஷை தெரியாது. வெஸ்லிக்கு மலாய் தெரியாது. எட்டியப்பன்தான் இருவருக்கும் இடையில் நின்றுகொண்டு மொழிபெயர்ப்பு

வேலையைச் செய்ய வேண்டும். எட்டியப்பனுக்கு தமிழ், ஆங்கிலம், மலாய், சீன மொழி, மலையாளம், கொஞ்சம் தெலுங்கு, கொஞ்சம் பஞ்சாபி இப்படி பல மொழிகள் அத்துப்படி. நாலு மொழி தெரிஞ்சு வச்சிருந்ததனால்தானே நாலு பேரை ஏமாற்றிப் பிழைப்பு நடத்த முடியுது.

எட்டியப்பனுக்கு நாகப்பட்டினம்தான் பூர்வீகம். நாகப்பட்டினம் கடற்கரையில் வந்து போகும் அந்நியர்களுக்கு உணவு, தங்குமிடம், தேவைப்படும் பொருட்களை கேட்ட மாத்திரத்தில் ஏற்பாடு செய்து கொடுத்து வந்ததில் ஒவ்வொரு மொழியும் மெல்ல மெல்ல பரிச்சயம் ஆனது. வெள்ளைக்கார துரைமார்களுக்கு நாகப்பட்டினத்தில் வேலை செய்ய ஆட்கள் தேவைப்பட்ட பொழுது குறைந்த கூலிக்கு ஏற்பாடு செய்து கொடுத்து வந்தான். அப்படியே அயல் நாடுகளில் வேலை செய்ய ஆட்களை ஏற்பாடு செய்ய ஆரம்பித்துவிட்டான்.

துரைமார்கள் தாராளமாக பணம் தருவார்கள். பயன்பாட்டில் உள்ள பொருட்களை அப்படியே புதுசு மாறாமல் தூக்கி கொடுத்துவிடுவார்கள். எல்லாவற்றையும் விட மேலே தெளித்துக் கொள்ளும் வாசனைத் திரவியங்கள். உள்ளுக்குள் தள்ள மதுபானங்கள் ஆகியவற்றையும் அள்ளித் தருவார்கள்.

அவர்களின் தொழில் தொடர்பான வேலைகள் கெடாரத்தில் இருப்பதாகவும் அதற்கு ஆள் பிடித்து தந்தால் கொள்ளைப்பணம் தருவதாகச் சொன்னார்கள். என்னவோ உள்ளூரிலேயே இருந்தால் அமிர்தமும் ஆணிப்பொன்னும் அடுப்படியில் அம்மா சமைத்துத் தருவாள் என்று நினைத்துக்கொண்டு ஒரு பயலும் வரவில்லை. எட்டியப்பனும் பல்வேறு வகைகளில் ஆசை காட்டினான். ம்ஹூம் ஒரு துரும்பு கூட நகரவில்லை. நல்லவேளையாக தாது வருஷம் வந்தது கூடவே தாங்க முடியாத பஞ்சமும் வந்தது. இருக்கறவன் இல்லாதவன் எல்லாம் அந்தப் பஞ்சத்தால் தெருவுக்கு வந்துவிட்டார்கள். தென்னிந்தியாவிலிருந்து கப்பல் கப்பலாக மலிவான கூலிக்கு ஆட்களை அழைத்து வரும் கங்காணியாக மாறி பின்னர் தனக்கென ஆள் பிடிக்கும் நபர்களை ஊர் ஊருக்கு நியமித்து

நிரந்தரமாக மலேயாவிலேயே தங்கிவிட்டான். அதற்குப் பிறகு எட்டியப்பன் வீட்டு குதிரில் வைப்பதற்கு இடம் பத்தாத அளவுக்கு பணம் கொட்ட ஆரம்பித்துவிட்டது..

வெயிலின் கொடுங்கரங்கள் மண்டைக்குள் பாய்ந்து கபாலத்தைக் காய்ச்சிக் கொண்டிருந்தது. நீர் அருந்த நகர்ந்தால் கூட துரையின் முகம் அடுப்பில் திணித்த சுள்ளி போல வெடிக்கும். காத்திருக்கும் நேரத்தில் அவனுக்கு எப்படி தலை குனிந்து முதுகு வளைந்து வணக்கம் சொல்வது என்று ஒத்திகை பார்த்துக் கொண்டான். வெஸ்லி துரை தன் பரிவாரங்களுடன் ஒரு வழியாக வந்து சேர்ந்தான். மிகக் கவனமாக பயிற்சி பெற்ற பணிவான வணக்கத்தை எட்டியப்பன் தாழ்ந்து செலுத்தி தனக்குள் திருப்தியோடு நிமிர்ந்த பொழுது வெஸ்லி எந்த சலனமும் இல்லாமல் எட்டியப்பனைக் கடந்து ஆயிஸ் உட்கார்ந்திருந்த அறைக்குள் சென்றுவிட்டான். இவனது வணக்கத்தை அவன் குப்பையில் போடத் தகுதியானதாகக் கூட கருதவே இல்லை. எட்டியப்பன் அரக்க பறக்கச் சென்று ஆயிஸின் முன்பாக நின்று மீண்டும் ஒரு வணக்கத்தை முடிந்தவரை தாடையின் நுனி வரை சிரிப்பை இழுத்துப் பிடித்து நிறுத்தியபடி தெரிவித்தான். துரை கவனித்தது போலத்தான் இருந்தது.

ஆயிஸ் “நல்ல வெயில். பயணம் மிகக் களைப்பாக இருக்கும் என்ன சாப்பிடுகிறீர்கள்?” என்று வானத்தை ஒரு முறை காண்பித்து புன்னகையோடு சொல்லிவிட்டு எட்டியப்பனைப் பார்த்து மொழிபெயர்க்கும்படி கைநீட்டினான்.

எட்டியப்பன் “கடவுள் எனக்காகவே அனுப்பிய கங்காணி எட்டியப்பன். இவனிடம் உங்களுக்கு சாப்பிட என்ன வேண்டும் என்று கூறுங்கள்” என்று மொழிபெயர்த்தான்.

“ஓ இவன்தானே நன்றாகத் தெரியுமே. இப்போதைக்கு குளிர்ந்த நீர்” குறுகுறுப்பான பார்வையோடு வெஸ்லி சொன்ன பொழுது ஒருவேளை கொஞ்சம் வரிகளை மாற்றிச் சொன்னதைக் கண்டுபிடித்துவிட்டானோ என்று நினைத்து வயிறு கலங்கியது. இருந்தாலும் முகத்தில் எதையும் காண்பிக்காமல் மண்பானையில்

இருந்து எடுத்து வந்து தந்தான்.

நீர் அருந்திய பிறகு "எத்தனைக் கூலிகள் இருக்கிறார்கள்?" என்று ஏப்பம் விட்டபடி கேட்டான் துரை.

"அதற்கென்ன நூற்றுக்கணக்கில் இருக்கிறார்கள். ஓய்வெடுத்துவிட்டுப் பேசலாமே."

"வந்த வேலையை முடித்துவிட்டுத்தான் ஓய்வு... கூலிகளில் எத்தனை தென்னிந்தியக் கருப்பர்கள் எத்தனை லங்கா கருப்பர்கள்?"

"மலையாள நாட்டில் இருந்து வந்தவர்கள் கொஞ்சம் இருக்கிறார்கள். சீக்கியக் கூலிகள் இருக்கிறார்கள். இவர்கள் எல்லாம் இரட்டை நோக்கு அடிமைகள் உடல் உழைப்பும் இருக்கும் எழுதப் படிக்கவும் தெரியும். நூற்றுக்கணக்கில் தருகிறேன்."

"என்ன எட்டி... இங்க உள்ள எங்க ஆளுங்க சொல்லி இருப்பாங்களே... எங்களுக்கு கித்தா மர தோட்டத்திலே வேலை அதனால தோட்டத்துல மிகக்கடினமான வேலை செய்யற ஆட்கள்தான் தேவை. அதுக்கு தென்னிந்தியர்களோ லங்காக்காரர்களோதான் சரிவரும்."

"சொன்னாங்க... சொன்னாங்க... அதுல பாருங்க துரை நீங்க கேக்குற ஆளுங்க எல்லாம் சஞ்சிக் கூலிங்க. அதுல பெரியவங்களும் இருப்பாங்க, சின்ன வயசு பசங்களும் இருப்பாங்க. ஒரே அளவு வயசுலே கிடைக்க மாட்டாங்க." என்றான் ஆயிஸ்.

"சஞ்சிக்கூலி?"

"அட ஆமாம் துரை... அஞ்சு வருஷம் பத்து வருஷம்னு ஒப்பந்தம் போட்டு கூட்டிட்டு வர்றது."

"கூலி இல்லையே... கெலிங் அப்படின்னு எங்க தரப்புலே ஏதோ சொன்னாங்களே..."

ஆயிஸ் பகபகவென கேலியாக சிரித்தான் “அதுவும் இதுவும் ஒண்ணுதான் துரை. சஞ்சிக் கூலிங்களைத்தான் கெலிங்னு சொல்லுவோம்.”

எட்டியப்பன் சங்கடமாக நெளிந்தான்.

அதற்குள் தேநீர் வர எல்லோரும் சாப்பிட்டார்கள்.

“கூலியோ... கெலிங்... கோ எனக்குத் தெரியாது. எங்களுக்கு அவங்கதான் தேவை... அந்த ஆளுங்க இருக்கறதா இருந்தா பேசலாம். இல்லன்னா எனக்கு வேற ஏஜண்டுகள் இருக்காங்க.”

“துரை... இப்ப நெலைமை வேற.. ஒரு பத்து நாளைக்கு முன்னால பெர்லிஸ்க்கு ஓடிப்போயி அங்கேர்ந்து கள்ளப்படகு ஏறி கொஞ்சம் பேரு சொந்த ஊருக்கு தப்பிச்சுப் போயிட்டானுங்க அதுக்கப்புறம் ஆள் தட்டுப்பாடு அதிகம். அங்கே இருந்து இனிமே கப்பல் வந்தாத்தான்”- என்றான் ஆயிஸ் குழைவாக...

“இதுலே தப்பிச்சுப் போனவங்க வேற... இங்க நடந்தது பட்டது போனது வந்தது எல்லாத்தையும் சொல்லி இருப்பானுங்க அதனால இப்போதைக்கு கப்பல் வராது துரை” ஒத்துப் பாடினான் எட்டியப்பன்.

“அதெல்லாம் எனக்குத் தெரியாது. கேட்ட பணம் தர்ரேன்.. இப்ப பத்து பேரும் இன்னும் மூணு மாசத்துலே ஐம்பது பேரும் வேணும்.”

“அதெல்லாம் ஏற்பாடு பண்ணிடலாம். கொஞ்சம் அவகாசம் வேணும்... உங்களுக்காக... உங்களுக்குப் பிடிச்ச லெமாங் தயாரா இருக்கு. தொட்டுக்க ரெண்டாங் கோழிக்கறியும் இருக்கு. உங்களுக்கு நாளைக்குப் புது வருஷம் பிறக்குதில்லே.”

“புது வருஷம் மட்டுமில்லே... 1900 என்கிற புது நூற்றாண்டும் பிறக்குது. மனைவி மக்கள் எல்லாம் ஊர்ல இருக்காங்க. நான் மட்டும் இங்கே.... வர்ற வழியிலேயே மது போத்தல் எல்லாம் காலி ஆயிடுச்சு” என்றான் ஏக்கத்தோடு வெஸ்லி.

"துரை... என் பேரு என்ன? ஆயிஸ்.... அப்படின்னா என்ன அர்த்தம்... நீங்க எதை எல்லாம் இழந்தீங்களோ அதை எல்லாம் தருவேன்னு அர்த்தம். நீங்க மேல இருக்கற அறைக்கு போங்க எல்லாம் அங்க வரும்" ஒரு சீனன் அவர்களை அழைத்துக்கொண்டு மாடிக்குச் சென்றான்.

அவர்கள் சென்ற பிறகு ரகசியமாக எட்டியப்பன் பக்கம் குனிந்து "கெலிங் கருப்பனுங்க எத்தனை பேரு இருப்பானுங்க?"

"சில்லறை கங்காணியை வர்றப்போ கேட்டேன் எசமான் இப்போதைக்கு ஆறு பேர்தான் இருக்காங்க மிச்சமிருக்கிற ரெண்டு பேர்ல ஒருத்தி பொம்பிளை.. அவளோட வீட்டுக்காரன்தான் இன்னொரு ஆளு... நம்ம தோட்டத்துல அடிச்ச அடியிலே ரணகளமாகிக் கிடக்கிறான்."

"அது நம்ம தோட்டத்துச் சட்டம்... வேலை செய்யறப்ப யாராச்சும் 'பசி'ன்னு கூப்பாடு போட்டா கையில ரெண்டு பிரம்படியும் குந்தற இடத்துல ரெண்டு அடியும்... கண்டிப்பா உண்டு. இவன் என்னடான்னா ஆறு மணிக்கு ஒருதரம் பசி பசிங்கறான். அவன் பேரு என்ன?"

"பொன்னான்... நல்ல வேலைக்காரன் எசமான். எங்க ஊர்ல ஏதாச்சும் கோயில் கட்டுனா சிலை செய்ய இவனைத்தான் தேடுவாங்க. எப்பேர்ப்பட்ட கல்லிலேயும் கடவுளைக் கொண்டு வந்துடுவான். பஞ்சம் வந்ததால தொழில் இல்லை. நம்ம ஆளுங்க கையிலே அடிக்க இடமில்லாம முதுகிலே அடிச்சு தோலை நார் நாரா கிழிச்சிட்டாங்கன்னு சில்லறை கங்காணி சொன்னான். நான் பாக்கலை எசமான்."

"அந்தக் காயம் எல்லாம் தெரியாம அவனுக்கு மேல்சட்டை போட்டு கூட்டிகிட்டு வா... கூடவே அவன் பொண்டாட்டியையும் கூட்டிக்கிட்டு வா கணக்கிலே சேர்த்திடுவோம்" சரி என்று தலையாட்டினான் எட்டியப்பன்.

கூலிக்காரர்கள் தங்கியிருந்த கூரைக் கொட்டகைக்குள் பாவமான சோகமான முகத்தை மாட்டிக்கொண்டு நுழைந்தான்

எட்டியப்பன். பொன்னான் இருந்த தடுப்புக்குள் நுழையும் போதே சீழ் நாற்றம் அடித்தது. மூக்கைப் பிடித்துக்கொண்டு பையில் இருந்த வாசனைத் திரவியத்தை கையில் மறைத்தபடி தன் மேல் அடித்துக்கொண்டான்.

பொன்னான் குப்புறப் படுத்திருந்தான். அவனருகில் அமர்ந்து ஈ மொய்க்காமல் அவன் மனைவி அன்னம் விசிறிக் கொண்டிருந்தாள். எட்டியப்பனைக் கண்டதும் அன்னம் ஓடி வந்து அவன் காலருகே நெடுஞ்சாண் கிடையாக விழுந்தாள். “சாமி... எங்களை உசிரோட ஊர்ல கொண்டி சேர்த்திடு சாமி. சோறு கேட்டா அடிக்கிறானுங்க. பறிச்ச இலை எடை கொறைஞ்சா அடிக்கிறானுங்க... இதுல அட்டைக்கடி வேற பிடுங்கி எடுக்குது... பாரு எப்படி கெடக்குறாரு? ஊர்லேர்ந்து இங்க கொண்டு வந்து சேர்த்தப்ப ஒன்னை பாத்தது. அதுக்கப்புறம் இப்பத்தான் பாக்குறேன் என்ன ஏதுன்னு கூட பாக்காம போயிட்டியே சாமி.”

“அடப்பாவிகளா... இப்படியா அடிப்பானுங்க? நாசமா போனவனுங்க. வம்சமத்து போயிடுவானுங்க. இனிமே இங்க இருக்க வேணாம். பொட்டியிலே சட்டை இருந்தா அவருக்கு போட்டுவிடு. நீயும் வேற சீலை மாத்திக்கக் கெளம்பு சொல்றேன்.”

கண்களைத் துடைத்துக் கொண்டு “இப்பவே இங்கேர்ந்து போயிடலாமா சாமி?” என்றாள் அன்னம்.

“இப்பவே போயிடலாம். ஆனா உடம்புலே காயம் இருக்கறமாதிரி தெரிஞ்சா அப்புறம் வைத்தியம் பண்ணிட்டு அனுப்பலாம்னு அந்த கள்குரங்கு இங்கேயே வச்சிடுவான் பொன்னானுக்கு சட்டையைப் போட்டுவிடு தெம்பா நடக்கணும் ஆமா சொல்லிட்டேன். அப்புறம் உங்ககிட்ட கொடுத்த அடையாளத் தகடை மறக்காம எடுத்துக்கங்க.”

மகிழ்ச்சியோடு எல்லாவற்றையும் வாரிச் சுருட்டி பெட்டியில் திணித்துக்கொண்டு பொன்னானுக்கும் தனக்கும் நல்ல

உடுப்புகளைப் போட்டுக்கொண்டு அவன் பின்னே இருவரும் வலிமறந்து நடந்து வந்தார்கள். பொன்னான் நடக்கக் கூட முடியாமல் விந்தி விந்தி நடந்து வந்தான். அது தெரியாமல் இருக்க அன்னம் அவனை ஒரு கையால் தாங்கிப்பிடித்தபடி அழைத்து வந்தாள்.

அடுத்த நாள் வருடப் பிறப்பு என்பதால் வெஸ்லி கண் மண் தெரியாமல் குடித்தான். கும்மாளம் எல்லாம் முடிந்த பிறகு வெஸ்லி ஒப்பந்தத்தை ஒரு முறை சரி பார்த்துவிட்டு கையொப்பம் இட்டான். அதற்குள் எட்டுப் பேரையும் குளிக்க வைத்து தலை சீவ வைத்து புதிய ஆடைகள் அணிவித்து ஒரு மாதிரியாக மாற்றி இருந்தான் எட்டியப்பன்.

"கூலிகள் எல்லாம் எப்படி வந்து சேருவாங்க ஆயிஸ்?" வெஸ்லி.

"அதெல்லாம் நடந்தே வந்துடுவாங்க நீங்க முன்னால போங்க துரை."

"என்ன வெளையாடறியா ஆயிஸ்? கெடாவிலேர்ந்து சொகூர் போகணும் ஆயிரக்கணக்கான மைல் எப்படி முடியும்?"

"என்ன துரை... கூலிங்க மேல கருணை பொங்குது?"

"எனக்கென்ன கருணை? அவங்க எப்ப நடந்து எப்ப வந்து சேர்றது? பெரிய துரை இன்னும் ஏழு நாள்ல வேலை ஆரம்பிக்கனும்னுதான் என்னை நேரா அனுப்பி இவங்களைக் கூட்டிட்டு வரச் சொன்னார். அனுப்புற செலவு உங்களுதுன்னு ஒப்பந்தத்துல இருக்கு."

"ஒப்பந்தத்துலே நான் அனுப்பிவைக்கிறேன்னுதான் இருக்கு. எப்படியோ அனுப்புவேன். எப்ப வேணும்னாலும் வருவாங்க" கோபமாகச் சொன்னான் ஆயிஸ்.

ஹீனமான குரலில் பொன்னான் "துரைமார்களே பசிக்குது... மூணு நாளா கஞ்சி கூட தரலை என்னால ஒரு அடி கூட நகர முடியாது."

இன்னும் கோபமான ஆயிஸ் “எப்ப பாரு பசி பசின்னுட்டு” என்றபடி குதிரைச் சவுக்கை எடுத்து வந்து பொன்னானை கண்டபடி விளாசினான். வலி தாங்காமல் கத்தினான் பொன்னான். அவன் கதறக் கதற இன்னும் வெறியாகி அடித்தான். அந்த இடமே ரத்தக் காடானது. அன்னம் ஆயிசின் கால்களில் விழுந்து கெடா மண்ணே அதிரும்படி கதறினாள். எதையும் காதில் வாங்காமல் வெறி கொண்ட மிருகம் போல பேயாட்டம் ஆடினான் ஆயிஸ். போதை தெளியாத வெஸ்லி கண்களை நிமிட்டி நிமிட்டி அந்தக் கோரத்தை சலனமின்றிப் பார்த்தான்.

எட்டியப்பன் ஆயிசின் கைகளைப் பிடித்து “விடுங்க எசமான் விடுங்க எசமான்” எனத் தடுக்க முயன்றான். ஆயிஸ் தன்னை எட்டியப்பன் தடுக்கிறான் என்கிற ஆவேசத்தில் அவன் பக்கம் சாட்டையைத் திருப்பினான். அதற்குள் பொன்னான் சரிந்து விழுந்தான். அவனைத் தாங்கிப்பிடிக்க எட்டியப்பன் பாய்ந்தான். ஒரு சதைப்பொட்டலம் ரத்த வெள்ளத்தில் அவன் கைகளில் பொத் என விழுந்தது.

பொன்னானின் முகத்தை அசைத்தான் எட்டியப்பன். முடிந்து போயிருந்தது. உதட்டைப் பிதுக்கி இல்லை எனக் கையசைத்த எட்டியப்பன் தன்னையும் அறியாமல் சத்தம் வராமல் உதட்டுக்குள் அழுதான். அன்னம் கதறத் தெம்பில்லாமல் மயங்கி விழுந்தாள்.

“அவன் செத்துட்டான். ஒப்பந்தப்படி எனக்கு நீ வேற கெலிங்கைத் தரணும்.” வெஸ்லி ஆவேசமாகக் கத்தினான்.

“ஒருதரம் வித்துட்டா அவ்வளவுதான் அதுக்கப்புறம் பணம் ஆளு எல்லாம் தரமுடியாது” என்றான் கோபமாக ஆயிஸ்.

“பாத்துப் பேசு ஆயிஸ்... பெரிய துரைக்குத் தெரிஞ்சா அவ்வளவுதான்... மேலிடம் வரைக்கும் பேசி உன்னை வியாபாரம் பண்ணாம செஞ்சிடுவாரு.”

சற்றுத் தணிந்த ஆயிஸ் “வேணும்னா உள்ளூர் ஆளுங்களை ஏற்பாடு பண்றேன். அவ்வளவுதான் என்னால முடியும்.”

"அவங்க வயல்ல, காட்டுலே வேலை பாத்தவங்க கெடையாது.. ஏற்கனவே அந்த மாதிரி ஆளுங்களை கூட்டிக்கிட்டுப் போயி நெனச்ச மாதிரி வேலை வாங்க முடியாம தண்டச் சோறு போட்டாச்சு... எனக்கு இப்ப தென்னிந்திய கருப்பனுங்க இல்லைன்னா லங்கா கருப்பனுங்கதான் வேணும். ரொம்ப நாளா எங்களுக்கு ஆளு தந்துட்டு இருக்கீங்க அதனால கொஞ்சம் அவகாசம் தர்றேன். இருக்கற ஆளை என்கூட அனுப்பி வைங்க இன்னும் ஒரு வாரத்துக்குள்ளே மிச்ச ஆளுங்க அங்க வந்து சேரணும்... இல்லை பெரிய துரைகிட்ட எல்லாத்தையும் சொல்ல வேண்டி வரும் பிழைப்பு போயிடும் பாத்துக்கங்க" எச்சரித்துவிட்டுக் கிளம்பினான் வெஸ்லி.

ஆங்காரமான ஆயிஸ் எட்டியப்பனிடம் "அந்தப் பொணத்தை மூலையிலே போட்டு கொளுத்து கூடவே அந்த பொம்பிளையையும் சேர்த்து கொளுத்து. நீ என்ன பண்ணுவியோ தெரியாது பெர்லிஸ் போயி கப்பல்ல போவியோ இல்லை கள்ளப்படகு ஏறுவியோ எனக்குத் தெரியாது. ஊருக்குப் போயி கெலிங்குகளை இங்க கொண்டு வந்து சேர்க்கணும். ஒவ்வொரு ஆளுக்கும் இனிமே மூணு மடங்கு அதிகம் தரகுத் தொகை. தேயிலை பறிக்கிற கெலிங் கிட்ட எடைக்கு ஏத்த மாதிரி உனக்கு கட்டாய பங்கு தரச் சொல்றேன். கிளம்பு முதல்ல" கைத்தட்டி ஒரு வேலைக்கார ஆளை அழைத்த ஆயிஸ் "இந்த ரெண்டுத்தையும் கொண்டு போயி குழியில போடு இல்லை அடையாளம் தெரியாம எரிச்சுடு" என்று சொல்ல வேலையாள் இரண்டு உடல்களையும் தரதரவென இழுத்துச் சென்றான்,

"எசமான் அந்தப் பொம்பிளைக்கு உசிரு இருக்கு இன்னும் சாகலை."

"ஏய்... அவளை சாவடிச்சிட்டு அப்புறமா கொளுத்திப் போடுய்யா... நான் உன்கிட்ட என்ன சொன்னேன்? நீ போயி அந்த வேலையைப் பாரு."

"ஊர்ல இருக்கறவங்களைச் சமாதானப்படுத்தி கூட்டிட்டு வர முடியாது எசமான்."

கைநிறைய வெள்ளிகளை அள்ளி அவன் பக்கம் இறைத்தான் ஆயிஸ் "இதைப் பொறுக்கிக்கிட்டு கௌம்பு மொதல்ல... கித்தா மரத்துலே வெள்ளி காய்ச்சி தொங்குது. கீழ விழுறதை பொறுக்க ஆள் இல்லை... இதான் அந்த வெள்ளிப் பணம்னு சொல்லு. இன்னும் வேணும்னாலும் தர்றேன். கண்டவன் கேட்டவனுக்கு எல்லாம் சும்மா குடு... உன் சாமர்த்தியம் குடுக்காம நீயே வேணும்னாலும் வச்சிக்க ஆனா ஆளு வரணும் எனக்கு... தேயிலைத் தோட்டத்துல ஆள் இல்லை.கரும்பு வேற அறுக்கணும் இல்லன்னா காய்ஞ்சு பயனில்லாம போயிடும். கண்ணுலே தண்ணிவிட்டவன்கிட்ட காசு வந்து சேராது... எல்லாத்தையும் துடைச்சிகிட்டு அடுத்ததைப் பாக்கணும். தொரையைப் பகைச்சுக்கிட்டு பொழப்பை ஓட்ட முடியாது. எவ்வளவு கூலிகளைக் கூட்டிகிட்டு வர்றியோ அவ்வளவு கமிஷன் கூடுதலா தர்றேன்."

"இப்ப செத்தவனை நான்தான் கூட்டியாந்தேன் ஊருக்குப் போனா கேப்பாங்க."

"இங்கேர்ந்து கள்ளத்தனமா தப்பிச்சு ஓடுனானுங்க இல்ல... அவனுக பேரோட இப்ப செத்தவன் பேரையும் அவன் பொண்டாட்டி பேரையும் சேத்துடு. என்னமோ ஆளு கணக்கு கேக்குறே எவன் வச்சிருக்கான் கணக்கு? வந்ததுக்கும் கணக்கு இல்லை செத்ததுக்கும் கணக்கு இல்லை. பேசிப்பேசி நேரத்தை வீணாக்காதே கௌம்பு. என் கண்ணு முன்னால நிக்காதே ஓடு."

இறைந்து கிடந்த வெள்ளிகளை அள்ளினான். தகதகவென மின்னின. கையில் இருந்த பையில் நிரப்பினான் கண்களைத் துடைத்துக்கொண்டு பயிற்சிப் பெற்ற வணக்கத்தை மிகச் சரியாக ஆயிசுக்கு செலுத்திவிட்டு தலைப்பாகையை சரிசெய்தபடி நகர்ந்தான் எட்டியப்பன்.

(தமிழ்ப் பல்லவி இதழ் நடத்திய சிறுகதைப் போட்டி 2022ல் மூன்றாம் பரிசுப் பெற்றச் சிறுகதை)

நெய்வேலி பாரதிக்குமார்

நெய்வேலி பாரதிக்குமார் என்கிற புனைப்பெயரில் எழுதிவரும் ச.செந்தில்குமார் என்.எல்.சி. நிறுவனம் சுரங்கத்தில் கூடுதல் முதன்மை மேலாளராக (ACM) பணிபுரிகிறார்..

மூன்று சிறுகதைத் தொகுதிகள், மூன்று கவிதைத் தொகுதிகள், ஒரு குறுநாவல், ஐந்து கட்டுரை நூல்கள் உட்பட மொத்தம் 12 புத்தகங்கள் வெளிவந்துள்ளன. அமேசான் கிண்டிலில் மின்னூல் ஒன்று வெளிவந்துள்ளது. இரண்டு குறும்படங்களை இயக்கியுள்ளார். ஒரு ஆவணப்படத்திற்கு ஒளிப்பதிவு செய்துள்ளார். இவரது விழிப்புணர்வு கதைகளை தமிழ்நாடு அரசு சுகாதாரத்துறை விளம்பரப் படமாக தயாரித்து வெளியிட்டு இருக்கிறது.

இரண்டு திரைப்படங்களுக்கு வசனமும் எழுதியுள்ளார். இதுவரை 35க்கும் மேற்பட்ட இலக்கியப் போட்டிகளில் பல்வேறு பரிசுகள் பெற்றவர்.

திருவில்லிபுத்தூர் கலை இலக்கியப் பேரவை சார்பில் சிறந்த எழுத்தாளர் விருது, நெய்வேலிப் புத்தகக் கண்காட்சி சிறந்த எழுத்தாளர் விருது, சௌமா இலக்கிய விருது 2021, சேலம் தாரைப் புள்ளிக்காரர் அறக்கட்டளை சார்பில் இலக்கிய விருது, தமிழ்த்தென்றல் இலக்கிய விருது ஆகிய விருதுகளைப் பெற்றுள்ளார்.

அலைபேசி எண்கள்: 9442470573, 8825753498
மின்னஞ்சல் முகவரி: sbharathikumar@gmail.com
வலைப்பூ இணைப்பு: www Bharathi kumar.blogspot.,com

www.ingramcontent.com/pod-product-compliance
Ingram Content Group UK Ltd.
Pitfield, Milton Keynes, MK11 3LW, UK
UKHW042132021026
15589UKWH00003B/766

9 789395 511179